காத்திருந்த கருப்பாயி

மலர்வதி

'காத்திருந்த கருப்பாயி' என்ற புதினத்தின் வழியாக 2008-ல் இலக்கிய உலகில் முகம் காட்டியவர். இவரது துவக்ககால எழுத்துகள் மேடை நாடகங்களாவே வெளிப்பட்டன. தொடர்ந்து இவர் எழுதிய 'தூப்புக்காரி' என்ற புதினம் 2012-ம் ஆண்டிற்கான சாகித்திய அகாதெமியின் 'யுவ புரஸ்கார்' விருதைப் பெற்றது. விளிம்பு நிலை, கடைநிலை, அடித்தட்டு மக்கள் என்று உலகம் கண்டுகொள்ள மறந்தவர்களை தனது இலக்கியத்தின் மையமாகக்கொண்டு எழுதுபவர். முழுவதும் இலக்கிய களத்தில் பயணித்துக்கொண்டிருப்பவர். குமுதம் குழுமத்தின் இலக்கிய பணியாளராகவும் செயல்பட்டுக் கொண்டிருக்கிறார்.

காத்திருந்த கருப்பாயி

மலர்வதி

காத்திருந்த கருப்பாயி

Kathiruntha Karuppayi

Malarvathi ©

Kizhakku First Edition: May 2017

88 Pages

ISBN: 978-81-8493-737-4

Kizhakku - 994

Kizhakku Pathippagam

177/103, First Floor,

Ambal's Building, Lloyds Road

Royapettah, Chennai 600 014.

Ph: +91-44-4200-9603

Email : support@nhm.in

Website : www.nhm.in

 kizhakkupathippagam

 kizhakku_nhm

Author's Email: malarvathi26@gmail.com

Kizhakku Pathippagam is an imprint of New Horizon Media Private Limited

"

காதலித்தவர்களை நலமிழந்து கண்டால்
அது ஒரு சாபமே... நலமோடு கண்டால் அது ஒரு வரமே...
இதோ எனக்கும் ஒரு வரம் கிடைத்துவிட்டது.

"

1

கிட்டதட்ட அறுபது வயதைத் தொடும் நிலையில் உள்ளவர் தர்மர். பாறைத்தொழிலுக்கு இப்போது மனிதர்கள் அருகி இயந்திரங்கள் பெருகி வருகின்ற நிலையை எண்ணிக்கொண்டே மயிலாடி பாறையில் நின்றார்.

ஒரு காலகட்டத்தில் படிப்புக்கு அதிக முக்கியத்துவம் கொடுக்க இயலாத நிலையில் பெருங்கூட்ட மக்கள் வாழ்ந்தார்கள். பெற்றோர்களுடன் இணைந்து குடும்பப் பொறுப்பை எடுத்துக் கொள்ள பிள்ளைகள் முன் வருவதால் படிப்பு அரைகுறை யாகவே தொங்கும். தர்மரும் தனது சிறு பருவத்திலிருந்தே அவரது அப்பாவுடன் பாறையில் சல்லியடிக்கவென வந்து சேர்ந்தவர். அவருடன் உடன் பிறந்தவர்கள் மூன்று சகோதரிகள். இவர்களுக்கு கல்யாணம், பிரசவம் என பார்த்து இவர் திருமணம் செய்தபோது முப்பது வயதைத் தாண்டிவிட்டது.

சல்லியடி என பாறை வேலையைத் துவங்கியவர் அதன் பின் தமரடித்து, வெடி வைக்க நின்று, கூடம் அடித்தென இத்தொழிலில் ரெக்கை கட்டிப் பறந்தார். எந்த கண்டுராக்கும் இவரை விரும்பி வேலைக்குச் சேர்த்துக்கொள்வார்கள். எளிய வீட்டு ஆண்களுக்குரிய தொழில் பாறைத்தொழில்.

இத்தொழிலாளிகள் பெரும்பாலும் கல்வியறிவற்றவர்களே. பாறைத்தொழில் எப்போதும் உயிருக்கும் ஆபத்தைக் கொடுக்கிற தொழிலே. உயிரற்ற பாறை உயிருள்ள மனிதர்களைப் பாதுகாக்க பெரும் பொறுப்பு எடுத்துக் கொள்வதில்லை. உயர்ந்த பாறைகளில் ஏறி நின்று அவற்றை அடித்துப் பொடித்து கற்களாக்கி, சல்லியாக்கி சமன்படுத்தி மனித பயன்பாட்டுக்குக் கொண்டுவருவதற்குள் சில உயிர்கள் போய்விடுவது வாடிக்கையாகி விடும்.

பத்துப் பதினைந்து வருடங்களுக்கு முன்பு பல துர்மரணங்களின் சேதி ஊர்தோறும் ஒலிக்கும். அதன் பின்னணியைப் பார்த்தால் பாறையிலிருந்து விழுந்து இறந்த சேதியாகவேயிருக்கும். பாறையிலிருந்து விழுந்து கை, கால் போனவர்கள் உண்டு. கண் போனவர்கள் உண்டு. முதுகு உடைந்தவர்கள் உண்டு. கரணம் தப்பினால் மரணம் என்பதுபோல் அடி சறுவினாலே ஆபத்து மிகுந்த இத்தொழிலுக்குள் அன்றைய காலத்தின் அத்தனை எளிய வீட்டு ஆண்களும் போனார்கள். இப்பகுதிகளில் பனையேற்றத்திற்கு அடுத்தபடியாக ஆண்கள் அதிகம் விரைந்த தொழில் பாறைத்தொழிலே.

குறிப்பிட்ட நாற்பது வயதுக்குள் உடல் வலிமையை இழக்க வைத்துவிடும் இத்தொழில். பாறையும் மனிதனும் சற்றும் பொருத்தமே இல்லாதவர்கள். கடினமும், மென்மையும் சேர்ந்து கொள்ளும் இடம் எனலாம். சல்லியடி என்பது, இருந்துகொண்டு கூடம் நொறுக்கிப் போட்ட கற்களை சுத்தியலால் அடித்துப் பொடிப்பது. தமரடி என்பது, முழங்கையளவுள்ள கம்பிகளை பாறைக்குள் சுத்தியலால் அடித்து அடித்து இறக்குவது. கடினமான பாறையைக் குத்திக்குடைய பயன்படுத்துவது வெறும் கையேயாகும். பாறையைக் குடைய குடைய அதைக் கம்பியால் துளைப்பவர்கள் சயம் பிடித்ததுபோல் இருமிக் கொடுப்பார்கள். கம்பி வைத்து குடைந்த துவாரத்தில் வெடிமருந்து வைத்து அதன் மேல் பக்கத்தில் நெருப்பு வைத்து பாறையை நொறுக்கிச் சிதற வைத்து கற்களை உருவாக்குவார்கள்.

பாறைக்கு வெடிவைத்து வெடியோ வெடியென்று அறிவிப்பு சொல்லும்போது மனம் திகிலுக்குள் போய்விடும். தமர் கம்பி வைத்து குழி எடுத்த பாறைக்குள் வெடி மருந்து நிறைத்து தீ கொளுத்திவிட்டு தலைதெறிக்க வெடியோ வெடியோ என்று

ஓடுவார்கள். வெடி வைக்கும் முன்பே இப்படிக் கத்துவதைக் கேட்டு வழிப்போக்கர்கள், அக்கம் பக்கம் உள்ளவர்கள் பாதுகாப்பான இடத்தில் பதுங்கிக் கொள்வார்கள். வெடி வைத்து முடிந்ததும் கூ என கூவி வெடி முடிந்தது என்ற தகவலைக் கொடுப்பார்கள்.

கூடம் அடி என்பது பெரிய நீளக் கம்பில் சுத்தியல் அமைப்பில் உள்ள கல்லான வடிவமைப்பு பொருத்தியிருப்பதைத் தூக்கி அடித்து பெரிய கற்களை உடைப்பார்கள். கூடம் அடிப்பவர் களுக்கே சம்பளம் அதிகம்.

உண்மையிலே இத்தொழிலாளிகள் எவரையும் நாற்பது வயதுக்கு மேல் கம்பீரமாக பார்க்க முடியாது. கடினமான தொழில் செய்கிறோமே எதாவது சத்தாக வாங்கிச் சாப்பிடுவோமே என்ற எண்ணமும் இருக்காது. சூழலும் இருக்காது. பீடி குடி மன்னர்களாக, மாம்பட்டை சாமிகளாக, கெட்டவார்த்தைகளின் அரசர்களாக, அதிக குழந்தைகளை உற்பத்தி செய்கிறவர்களாக இருப்பார்கள்.

இவர்களுக்குத் தெரிந்த உலகம் வெறும் சின்னது. காபிக் கடைகளில் கூடி, சாராயக்கடைகளில் தர்க்கம் சொல்லி, தெரியாத கதைகளுக்கு உரைநடை வசனம் எழுதி, உரக்கப் பேசிக்கொள்கிறவர்கள். குமரி மாவட்டத்தை விட்டால் கேரளாவிற்கு அதிகமாகப் போவார்கள். சஞ்சியிலே சோறு கொண்டு போகிறவர்கள். அரசல் புரசலாகவே கேட்டதை வைத்து கதை அளப்பவர்கள். அடிப்படை வாழ்வைத் தாண்டிய அரிய பெரிய கனவுகளற்ற ஏழைகள்.

தர்மரும் சின்ன வயதில் பாறைத்தொழிலில் வந்து சேர்ந்தவர். இவரின் உடம்பிலும் காயம்படாத இடங்களே இல்லை எனலாம். அந்த அளவிற்கு சிதைந்து போனாலும் ஓய்வு எடுக்கும் நிலை இப்போது வரைக்கும் வரவில்லை.

பாறைத்தொழிலாளிகளையும் இயந்திரங்கள் ஓய்வெடுக்க வைத்துவிட்டன. வேலையில்லாமல் ஆக்கிவிட்டன. எல்லா வற்றிற்கும் இயந்திரங்கள் வந்துவிட்டதால் பாறைத்தொழி லாளிகள் கட்டட வேலைகளுக்குச் சென்று வருகிறார்கள். தர்மருக்கும் இன்னும் சிலருக்கு மயிலாடி பாறையில் இப்போது வேலை கிடைத்து வருகிறது. மயிலாடி பாறையின் உடைப்பில்

தர்மருக்கு சிறிதும் மனதில்லை. அவசியத்துக்கு பாறை உடைப்பு என்றில்லாமல் அவசியம் கெட்டும் மலைகளும், பாறைகளும் உடைக்கப்படுதல் கன்னியாகுமரி மாவட்டத்தின் அதீத அட்டூழியங்கள்.

மயிலாடி பாறைக்கு தனிப்பட்ட சிறப்புகள் உண்டு. இந்தப் பாறையில் ஒரு காலத்தில் மயில்கள் நின்று ஆடுமாம். இந்தப் பாறையில் நின்று பார்த்தால் குளச்சல் கடல் தெரியும் என்பார்கள். சுற்றிலும் கொல்லாமரங்களும், அயனி மரங்களும், மா, பலா மரங்களும் ஏராளமான காட்டு மரங்களும் அடர்ந்து நிற்கும். பகலில் சென்றால்கூட அந்த இடத்தில் மிதமான இருள் விரவிக்கிடக்கும். ஊரில் உள்ள சின்னஞ்சிறுசுகள் இந்தப் பாறையையே சுற்றி வருவார்கள். இந்தப் பாறை அமைந்திருக்கும் பகுதிக்கு காட்டுவிளை என்றே பெயர்.

ஒரு காலத்தில் காடாகவே இருந்திருக்கக்கூடிய அத்தனை சூழல்களும் காணமுடியும். விதவிதமான பறவைகள், காட்டு முயல்கள், குரங்குகள், பாம்புகள் என காட்டு விலங்குகள் பதுங்கிக்கொள்ளும் இடத்தில் ஏராளமான விளைபொருட்கள் வயிற்றுப் பசிக்கும் உதவுவதால் விளையற்ற சிறுவர்களும் இந்தப் பாறையைச் சுற்றி வருவார்கள். பாறைக்கான விகிதப் பிரிப்புக்கு எப்போது முடிவெடுத்தார்களோ அப்போதே பாறையை உடைக்க முன்வந்துவிட்டார்கள். முதலில் ஒரு பகுதியை உடைக்க முன்வந்தவர்கள் இப்போது இன்னும் உடைக்க முயலுகிறார்கள். வேலையற்ற காலத்தில் வேலைக்கு வந்து நின்ற தர்மர் மயிலாடி பாறையின் உடைவைக் கண்ணால் கண்டுகொண்டே தொழில் செய்வது அவர் மனதுக்கு அதிக வேதனையைக் கொடுத்தது.

தர்மருக்கு மனைவி இல்லை. தனது இளையமகள் சுதா பிறந்தபோது சன்னி வந்து செத்துப் போய்விட்டாள். இவருக்கு இரண்டு பெண் குழந்தைகளே உண்டு. மூத்தவள் பெயர் சுந்தரி. அவள் பிறக்கும்போதே தர்மரைப்போல் கறுப்பாகவே இருப்பதால் அவளை இந்த ஊரார்கள் காக்கை கருமி என்றே அழைப்பார்கள். துவக்கத்தில் இந்த அழைப்பொலிகள் அவளுக்கு அதிக வேதனையைக் கொடுத்ததுண்டு. ஏனோ போகப்போக பழகிப் போனாள். தர்மரின் காதில் மட்டும் யாராவது இப்படி அழைப்பது கேட்டால் மண்டை, கெண்டையென்று அறுத்துக் கிழித்துவிடுவார்.

சுந்தரி படிப்பறிவற்ற பெண். அவளுக்கு ஐந்து வயதாக இருக்கும் போது பிறந்தாள் சுதா. தாயை இழந்த இரண்டு பெண் குழந்தைகளை வைத்திருந்த தர்மருக்கு மகளுக்கு முறையான கல்வி கொடுக்க இயலவில்லை. இவரின் தாய் ஞானபாக்கியம் சின்ன மகளின் இரண்டு வயதுவரைக்கும் உயிரோடு இருந்ததால் ஓரளவுக்கு உதவியாக இருந்தது. அதற்குப் பிறகு அவரும் இறந்துபோக ஏழு வயதான சுந்தரி சுதாவுக்கும் தாயானாள். துறினால் குண்டி கழுவ, மூக்குச்சளி வழிந்தால் துடைத்துவிட, உடம்பு கழுவி கொடுக்க, ஓண்டி வைத்து தூங்க வைக்க என அந்தச் சின்னக் குழந்தையே எல்லாவற்றையும் கவனித்துக் கொள்ளத் துவங்கியது. இதில் படிப்பு அவளுக்கு மறுக்கப் பட்டது. மறக்கப்பட்டது.

தர்மர் அதிகாலை பாறை வேலைக்குப் போகும் முன் எதோ சமைப்பதை சமைத்துவிட்டு தான் போகும் பாறை மடைக்கு தன் மகள்களையும் கொண்டுபோவார்; சல்லியடிக்க அமைத்திருக்கும் மறைவுகளில் அவர்களை அமர்த்திக் கொள்வார். பாறை மடைகளுக்கு வேலைக்கு வரும் பெண்களும் இவர்களை கவனித்துக் கொள்வார்கள். வளர வளர சுந்தரியும் பாறையில் சல்லியடிக்க பழகிக்கொண்டாள். ஓரளவுக்கு ஓடிக்கொண்டிருந்த குடும்பத்தைத் தாக்கிய புயல்போல் இளையமகளின் வியாதி அமைந்துவிட்டது. சுதாவுக்கு இரண்டரை வயதில் வந்த மூளைக்காய்ச்சலால் மூளை வளர்ச்சியில்லாத பெண்ணாக இருந்தாள். அவளைப் பார்த்து பதறிப் போய் அலறிக்கொண்டார் தர்மர். அவளைக் கவனித்தும் வீட்டின் வேலைகளையும் செய்யும் பக்குவம் வந்த சுந்தரிக்கு வயதும் இருபது கழிந்துவிட்டது. சுதாவுக்கும் பதினைந்து வயதாகி வயசுக்கும் வந்துவிட்டாள்.

தர்மருக்கு அதிகமாக கை கொடுத்தவரென்று மனதில் வைத்து போற்றக்கூடிய ஒருவர் ஊரில் உண்டு. அவர் பெயர் செல்லப்பன். இந்த செல்லப்பன் அதிக வசதி படைத்தவர். பாறைத்தொழிலுக்கு கண்ட்ராக்ட். தர்மர் மனைவியை இழந்து தவித்தபோது முன் பின் பாராமல் பணம் கடன் கொடுத்தவர். 'நான் இருக்கேன் பேடிக்காதே' என்று நம்பிக்கை கொடுத்தவர். தர்மரின் மனைவி இறந்ததும் புதைக்கும் செலவுக்கு பணம் கடன் கொடுத்தவர். என்னதான் பணச்சிக்கல் வந்தாலும் செல்லப்பனிடம் ஓடுவார் தர்மர். இப்போதும் அவருக்குக் கொடுக்கவேண்டிய பணம் நிறையவே கிடக்கிறது.

செல்லப்பனுக்கு ஒரே மகன். அவரது மனைவியோ பட்டணத்தில் வளர்ந்த பணக்காரி. படித்தக்காரி. அவளுக்கும் இவருக்கும் பொருத்தமேயில்லை. இவருக்கு பெரிய வீடும் பல பாறைகளுக்கும் சொந்தக்காரர் என்றும் கல்யாணம் செய்து கொடுத்தார்கள். அவளுக்கு குடும்ப அடக்குமுறையில் துளியும் விருப்பமில்லை. ஓயாமல் அலங்காரம் செய்யவேண்டும். கிளப்புகளுக்குப் போகவேண்டும். வீட்டு வேலை, குடும்பப் பொறுப்பு எதுவும் அவளிடம் கேட்கக் கூடாது. செல்லப்பன் எதுவும் சொல்லிவிட்டால் தாய் வீட்டுக்குப் போய் எட்டு பத்து நாள் தங்கி, பஞ்சாயத்து வைத்து நீதி நியாயம் பேசி அழுது வடிந்து வந்து சேருவாள்.

இப்போதெல்லாம் செல்லப்பன் எதுவும் சொல்வதில்லை. ஒருவருக்கொருவர் அதிகம் பேசிக் கொள்வதுமில்லை. ஒரே மகனும் பிஞ்சிலே பழுக்கத் துவங்கிவிட்டான் எனலாம். அவன் பொருட்டு தினம் எப்படியேனும் ஒரு சண்டையாவது வந்துவிடும். பாறை மடைக்குச் சென்று அங்கு வேலை செய்பவர் களைக் கிண்டல் செய்வது, ஊரில் எதாவது வம்பிழுப்பதென கூட்டுக்காரர்களுடன் பிரச்சனை செய்வான். இறுதியில் போலிஸ் கேஸ் வம்பு வழக்கென செல்லப்பன் பணத்தை வாரி வாரி இறைப்பார்.

இப்படிப்பட்ட குடும்பத்திற்கு தர்மரின் உடனிருப்பு பல வகைகளில் தேவைப்பட்டது. பத்து வயதிலே சமைக்கும் ஆற்றல் பெற்றிருந்த சுந்தரியை செல்லப்பன் தன் வீட்டு அடுக்களை பணிக்கும் சேர்த்துக் கொண்டார். தற்போது கொடுக்கும் மாதம் ஆயிரம் ரூபாய் சம்பளம், மீதமாகும் சாப்பாடுகள், செல்லப்பனின் மனைவி ராணியின் பழைய துணிகளென சுந்தரிக்கும் உதவிக்கொண்டிருக்க, செல்லப்பனின் வீட்டு அடுக்களைக்குள் சுந்தரியென்ற சிறுமியின் மன உலகம் வறுமையின் பொருட்டு அடைக்கப்பட்டது. இருவரின் வீடுகளும் அருகருகே இருப்பதால் சுந்தரிக்கும் தனது தங்கை சுதாவை கவனிக்கவும் வசதியாக இருந்தது. இங்குள்ள வேலை களை மதியத்திற்குள் முடித்துவிட்டு, தகப்பனுக்கு சோற்றுப் பொட்டலத்தை எடுத்துக்கொண்டு, மூளை வளர்ச்சியற்ற சுதாவையும் கூட்டிக்கொண்டு பாறை மடைக்குப் போய் இரண்டு பெட்டி சல்லியாவது தள்ளுவாள் சுந்தரி.

பாறைமடையில் நின்றிருந்த தர்மரின் காதில் ''அப்போ ஒ…'' என்று அழைத்த தனது மகள் சுந்தரியின் குரல் கேட்க, ''மோளே'' என்று பதில் கொடுத்தவர் தலையில் கட்டியிருந்த துண்டை உருவிக்கொண்டு எட்டிப் பார்த்தார்.

சுந்தரி தனது தங்கையின் கையைப் பிடித்துக்கொண்டு தர்மரைப் பார்த்துச் சிரித்தாள்.

''காக்க சிரிச்சியதைப்பாரு…'' பாறை மடையில் எவரோ சொல்வது கேட்க, தர்மரின் வாயிலிருந்து பச்சை கெட்ட வார்த்தைகள் பறந்தன.

2

செல்லப்பனுக்கு கோபம் தலைக்கேற இங்கும் அங்கும் வீட்டிற்குள் நடந்துகொண்டிருந்தார். நேரம் இரவு ஒன்பதாகியும் தன் மனைவி இது வரை வீடு வந்து சேரவில்லை. தன் வீடு ஒரு வீட்டுக்குரிய எந்த இலட்சணங்களும் இல்லாமலிருந்தது. டிவி பெட்டியின் ஒலி அளவைக் கூட்டி வைத்து வார்த்தைகள் புரியாத பாட்டுகளைக் கேட்டுக்கொண்டே படுத்து காலை ஆட்டி, கழுத்தை உலுக்கிக்கொண்டு கிடந்தான் மகன்.

'இது என்ன வீடுன்னே தெரியேலியே... வீடுன்னா இப்படியா இருக்கும்? தள்ள ஒரு வழி, மொவன் ஒரு வழி. ஆளுக்கொரு மூப்பு. எப்பமாவது வந்து தங்க சத்திரம்போல ஒரு வீடு. இப்ப வரைக்கும் நான் கெட்டுனவா ஒரு பிடி ஆகாரம் அன்பா பவுந்து தந்திருக்க மாட்டா... இந்த பய அப்பான்னு விளிச்சி எனட்ட அன்பா நடந்துருக்க மாட்டான். எப்பமாவது விளிக்கிறப்ப ஆயிரம் கொடு, ஐந்நூறு கொடுன்னு கேக்க வரம்ப மட்டும் டேடி சொல்லுவான்... அப்ஸ் சொல்லுவான். பெத்துப்போட்டதும் ஒண்ணே ஒண்ணு. படிப்பிலேயும் பெரிய சுட்டியில்ல. சக்கறத்துக்க மேல இன்சினியரு சீட் கிடைச்சி, எப்படியாவது அதுவும் பாசாகி போயிட்டா வெளிநாட்டுக்கு ஏதாவது விட்டு

நல்ல முதலு வாங்கி ஒரு பெண்ணு பாத்து வச்சா இவனுக்கு லெச்சணத்துக்கு ஒதவும். இல்லாம இவனுக்க சாமர்த்தியத்துல என்னைப்போல சம்பாரிக்க மாட்டான். இதுக்கெல்லாம் தள்ளையின்னு ஒருத்தி இருந்து சொல்லிக்கொடுக்காம கிளப்பு அது, இதுன்னு சுத்தியிட்டுக் கிடக்கியா...' அவர் நினைத்துக் கொண்டிருக்க டிவியின் முன்னிருந்த ஃபோன் சத்தம் எழுப்பியது.

''லே... டிவி சத்தத்தை குறச்சிட்டு அந்த ஃபோனை எடுல...''

''ஏன் நீங்க எடுத்தா என்ன?'' மகனின் எதிர்க்கேள்வி உடனே வந்து விழ, ஆத்திரத்தை அடக்கியபடி ஃபோனை எடுத்தார்.

''ஹலோ நான் ராணி பேசுறேன். இன்னிக்கு நான் வீடு வர நேரமாகும். மீட்டிங் முடியிறதுக்கு நேரமாகும்...'' அதிகாரமாக தகவலைச் சொல்லிவிட்டு மறுபதிலைக் கேட்காமல் ஃபோனைத் துண்டித்தாள்.

'பெரிய மகராணி அவளா பேசுவா அவா விருப்பம்போல நடப்பா... சொல்லப்போனா பொல்லாப்பு. அவா பெத்துப் போட்டது மட்டும் எப்பிடி நல்லதா இருக்கும்?' சலிப்போடு நினைக்க வீட்டிற்கு வெளியே ஆட்கள் வருகின்ற சத்தம் கேட்க செல்லப்பன் சன்னல் வழியாக எட்டிப் பார்த்தார். அங்கே பாறையில் வேலை செய்யும் அருளப்பனும், அவர் மகனும், பொண்டாட்டியும் இன்னும் ஒன்றிரண்டு பேரும் நின்றிருந்தார்கள்.

''அருளப்பா, என்னா இந்த ராத்திரியில குடும்பத்தோட வந்திருக்கிய?''

''ஓமக்க மொவன் இருக்கியானா ஓய்?'' அருளப்பனின் பெண்டாட்டி கேட்ட விதத்தில் கோபம் தெரிய, செல்லப்பன் தன் மகனைத் திரும்பிப் பார்த்தார்.

'ஏதாவது குசுறுதி காட்டிட்டானோ...?'

''ஏன் எனக்க மொவனுக்கு என்ன?'' செல்லப்பனுக்கு தன் மகன் குற்றம் செய்தாலும் அதை ஒருபோதும் வெளியில் விட்டுக் கொடுப்பதில்லை. குறை சொல்பவர்களிடம் சண்டைக்குப் போகிற பழக்கமுண்டு.

''இருந்தா விளிச்சிட்டு வாரும்'' அவள் அதிகாரமாகச் சொன்னது பிடிக்கவில்லை செல்லப்பனுக்கு.

''லே அருளு... பெண்டாட்டி பெருசா எனக்க வீட்டு முன்ன வந்து நின்னுட்டு அதிகாரம் போடுறா...? ஏன்?''

''அது ஒண்ணுமில்ல கண்ட்டுறாக்கு. பிள்ளையா ரெண்டும் ஒத்தில்லியா படிக்கிறாங்க... ஓமக்க மொவன் எனக்க பயல இங்கேரம் அடிச்சிட்டான்.'' அருளப்பன் தன் மகனின் கன்னத்தைப் பிடித்துத் திருப்பிக் காட்டினார்.

''இவன் எதுவும் செய்யாமலா எனக்க பய அடிச்சிருப்பான்?''

''ஓமக்க மொவன் பல தடவை எம் பிள்ளைக்க சட்டையை பிடிச்சி இழுப்பானாம்... இழிக்கியமா பேசுவானாம்... இண்ணு செவளையில அடிச்சி விட்டுருக்கியான். இவனுக்கும் கை நீட்ட தெரியும்.''

''இப்ப நீட்டி பாக்கச் செல்லு... லே ரவி இதுல வா...'' செல்லப்பன் சத்தம் போட்டு அழைக்க...

''கண்டுறாக்கே சண்டை இடக்கு நாங்க இதுல வரேல... மொவுனுட்ட சொல்லி வைக்கதான் வந்தது.''

''எனட்ட கை நீட்டி சம்பளம் வாங்கிய ஒனட்டண்டு நான் புத்திமதி கேக்கணுமா? என் பயல நான் எப்பிடி வளக்கணமுன்னு தெரியும். மரியாதியா இதுலயிருந்து போனா கொள்ளாம்'' செல்லப்பன் சத்தம் போட, அருளின் மனைவி தன் கணவனையும், மகனையும் அழைத்துக் கொண்டாள்.

''இந்த ஆளெல்லாம் ஒரு மனுசனென்று மதித்து சொல்ல வந்த ஓம்ம சொல்லணம். இப்பிடியே மொவனை ஆட விட்டா அவனே தவப்பனுக்கு நல்லா வேண்டி கொடுப்பான்...''

''கண்டுறாக்கே மொவனை இப்படி பொத்தி வச்சாதேயும்...''

''பொத்தி வச்சியதும் வைக்காம போறதும் எனக்கு தெரியும். பேசாம இடத்தை காலி பண்ணுங்க.''

செல்லப்பனின் கோபத்தைக் கண்டு நியாயம் கேட்க வந்தவர்களின் முகமும் மனமும் சுண்டிப்போக தங்கள் பெருமூச்சுகளை செல்லப்பனின் வீட்டு முற்றத்தில் விட்டுச் சென்றார்கள். அவர்கள் வீட்டு வாசலைக் கடந்ததும் செல்லப்பன் விரைந்து சென்று டிவியை அணைத்துவிட்டு மகனிடம் கத்தினார்.

''ஏம்ப்ல அருளோட பயல அடிச்ச? வீடேறி வந்து அவன் விலக்கியிட்டு போறான்...''

''ஆமா பெரிய அருளு... அவனுக்கொரு மொவன். நம்ம பாறையில வேலை செய்ற வேலைக்காரனுக்க பயலுக்கு இருக்கிற மதிப்பு எங்காலேஜில எனக்கு கிடைக்கல. என்னை ஒரு பொண்ணு திரும்பி பார்க்கிறதில்லை... இவனைச்சுற்றி அப்படி பெண்ணுங்களை வளைச்சி போட்டுருக்கான். நான் ஒரு வார்த்தை சொன்னா என்னை மதிக்கிறதில்ல. அதுனால அடிச்சேன். இப்போ அதுக்கென்ன?'' இளக்காரமாக பதிலளித்தான் ரவி.

''நீ இப்பிடி பண்றது நல்லாயில்ல. குட்டியளப் பாக்கவா படிக்கப் போற? ஒழுங்கா படிச்சி சோலி கீலியின்னு ஆனா நானே ஒனக்கு நல்ல பெண்ணு பாத்து கல்யாணம் பண்ணி வைப்பேன்.''

''என்னப்பா பேசுறீங்க? இப்போ பெண்ணுங்களைப் பாக்றதும் சிரிக்கிறதும் கல்யாணம் பண்ணிக்கவா? இதெல்லாம் ஜாலியான பருவமப்பா... இதைப்பத்தி சொன்னா உங்களுக்கு புரியாது. கல்யாணமெல்லாம் இப்ப யாருக்கு வேணும்... ரொம்ப போரான சமாச்சாரத்தையெல்லாம் பேசாதீங்க. நான் யாரு... செல்லப்பன் கண்ட்ராக்கோட ஒரே பையன். ஆறு பாறை சொந்தமா நடத்துற முதலாளிக்க பையன். அந்த பவர் தெரியாண்டாமா? நம்ம வீட்டு கூலியை வாங்குறவனை விட நான் குறைந்தவனா என்ன? அதை நான் காட்ட வேண்டாமா? அதான் காட்டினேன்.''

மகனை தீர்க்கமாகப் பார்த்தார் செல்லப்பன்.

''இப்பிடியே நாலு பேரை அடிச்சிப்போட்டா போலிசு, கேசு, நஷ்டாஈடுன்னு நாளெல்லாம் நான் பணமா இறச்சிட்டே யிருக்கேன். சம்பாதிக்கிறதெல்லாம் ஒனக்கும் கொம்மையிக்கும் இப்படி விளையாடி தள்ளுறதுக்குன்னு எழுதி வச்சிருக்கு...''

ரவி சிரித்துக்கொண்டான்.

''பணம் பின்ன எதுக்கு டேடி...'' மகன் டேடி என்று அழைத்ததும் செல்லப்பன் நெளிந்தார். எடுத்த எடுப்பில் எவ்வளவு பணம் கேட்கப் போகிறானோ என திகைத்தார்.

''என் ஃபிரண்ட் பிரேம் இப்ப வருவான். ரெண்டு பேரும் வெளியே போறோம். ஐயாயிரம் ருப்பி தாங்க டேடி.''

''பணம் மரத்திலா காய்க்குது... நீ பணம் கேட்கிறது எதுக்குன்னு தெரியும். குடிக்கிறதுக்குதானே... லே, இந்த வயசுலே குடிச்சி சீரழிஞ்சா ஒன் அறிவெல்லாம் மழுங்கிப் போயிரும்.''

''அறிவெல்லாம் அறுபதுக்கப்புறம் பாத்துக்கலாம். இந்த வயசுல உங்களுக்கு வேணுமுன்னா அது நல்லது. இப்போ எனக்கு அதெல்லாம் தேவையில்லை. பணம் தரப்போறீங்களா என்ன?'' ரவி கேட்க...

''முடியாதுல...'' செல்லப்பன் மறுத்தார். அப்போது வீட்டின் முன் ஆட்டோ வந்து நிற்கும் சத்தம் கேட்டது. அதிலிருந்து ராணி இறங்கி வருவதும் தெரிந்தது.

கிட்டதட்ட ஐம்பதைத் தொடும் நிலையில் இருந்த ராணி தன்னை அதிக அலங்காரத்திற்குக் கொடுத்திருந்தாள். அவள் வயதுக்குப் பொருந்தாத அலங்காரம் அவளை அவளே பரிகசிப்பது போலவேயிருந்தது. பெண்கள் வெறும் அழகுக்கும் அலங்காரத்திற்கும் உரியவர்களென்று தவறாக குறிப்பெடுத்து விட்டார்கள். தன்னை உயர்வாக மதிக்கிற எந்தப் பெண்ணும் அலங்காரத்தை நாடி தேடுவதில்லை... தன்னில் தாழ்வு கண்ட பெண்களே இந்த உலகம் என்னை மதிக்கவேண்டுமே என்ற அதீத ஒப்பனைக்குள் தங்களை நிறுத்திக்கொள்வார்கள்.

வீட்டிற்குள் நுழைந்தவள் கணவனும் மகனும் ஏதோ வாக்கு வாதத்தில் நிற்கிறார்களென்பது புரிய அதற்குள் தன்னை இணைத்துக்கொள்ளாமல் தப்பித்துப் போக முயன்றாள். இவளைக் கண்டதும் செல்லப்பனுக்கு ஆத்திரம் அதிகமாக மூண்டது.

''இது வீடா இல்ல சத்திரமா? தோணுன நேரம் வாற... தோணுன நேரம் போற...''

''ஏன் இந்த வீட்டுல எனக்க ஷேர் உண்டு. இது எனக்கும் உரிமைப் பட்டது. எப்ப வேணுமுன்னாலும் வருவேன்... போவேன்... நானே பயங்கர கோபத்தில வந்திருக்கேன். நீங்க வேற கோபப் படுத்தாதீங்க...'' அலுத்துக்கொண்டவள் மீது எரிந்துகொண்டார்.

''ஒனக்கு இப்ப என்ன தேச்சியம்?''

''ஓங்களைப்போல உள்ளவங்க கூட குப்பை கொட்டுறப்ப நல்ல சந்தோசம் வரும்.''

''ஒனக்கும் நீ பெத்த மொவுனுக்கும் நான் குப்பைதான். பிஞ்சிலே ஒனக்க மொவன் பழுத்திட்டு வாறான், அது தெரியுதா ஒனக்கு? அதெல்லாம் ஒனக்கு எதுக்கு அறியணம்? முதல்ல நீ ஒழுங்கா இருந்தா இல்லா பெத்தது எப்படி இருக்குன்னு தெரியும்?''

''மம்மி இவரு ஒரு ஓல்டு மேன். இவர் பேச்சையெல்லாம் நீ நம்பாத. இந்த வயசுல என் ஜாய் பண்ணாம பின்ன எப்ப பண்றது?'' அருகில் வந்த மகனிடமிருந்து மது வாசனை வர...

''ரவி நீ குடிச்சிருக்கிய?'' ராணி கேட்க...

''இண்ணுதான் நீ கண்டுபிடிச்சியா? அவன் எப்பவோ குடிச்சி பழகிட்டான்னு எனக்கு தெரியும்...'' செல்லப்பன் பதில் கூற,

''சும்மா சும்மா நீயும் என்னை குற்றவாளியா பாக்காதம்மா. நான் வீட்டுல வந்தா நீ இருக்க மாட்டேன்னு தெரியும். அதான் வரம்ப கொஞ்சம்போல குடிச்சிட்டு வந்தேன்.'' விரலை மடக்கி அளவு சொன்னவனைப் பார்த்து கண்ணைச் சுருக்கினாள் ராணி.

''என்னை பாக்கச் சொன்னது யாரு? நான் சுதந்திரமா வளந்தாலும் இப்ப வரைக்கும் பாதை மாறி போகல்ல... நல்லது கெட்டது தெரியும். ஆனா நீ அப்பிடியா? காலேஜ் விட்டா வீட்டுல வந்தா ஒனக்கு சாப்பாடு இருக்காதா என்ன? நான் இப்பிடியின்னு பழகியிட்டேன். ஒங்க ரெண்டு பேருக்குதான் என் மதிப்பை பற்றி தெரியாது. வெளியே வந்து கேட்டுப்பாருங்க. நல்ல பிள்ளையின்னா அம்மாவை அனுசரித்துப் போகணம். வீட்லகருமி வந்து சமைச்சி வச்சிட்டு போவா இல்ல. வேலைக்காரியை வச்சாவது ஒனக்கு சமைத்து வைத்திருக்கில்லியா?''

''ஆமா பெரிய சமையல், கருமியிக்க சமையல்தானே...'' ரவி சுந்தரியை மட்டமாகப் பேசினான்.

''தள்ள இல்லாம வெறும் தவப்பன் வளர்த்துற பெண்ணுட்ட இருக்கிய ஒழுக்கம் ஒனட்டயிருக்கா?'' செல்லப்பன் கேட்டார்.

''தர்மன் தவப்பனா இருக்கியான். ஒங்களைப்போல இந்த ஒலகத்துல ஒருத்தனை பாக்க முடியுமா?'' ராணி கணவனை குற்றம் சொல்ல...

''அப்போ என்னாலதான் இந்த பய சீரழியிறானா?''

''பின்ன என்னாலயா? நானா அவனுக்கு குடிக்க சொல்லிக் கொடுத்தேன்?''

''வீட்டுல உள்ளவங்களுக்கு என்ன அரவணைப்பு கொடுக்கிற நீ? நீ வாழ்ற வாழ்க்கை தப்பு ராணி...''

''எது செய்தாலும் தப்பு தப்புன்னு சொல்ல மட்டும்தான் தெரியும். பிறந்தப்பவே பாறையை மட்டும் கண்டு, அதுக்கு மட்டும் முதலாளியா இருக்கிற படிப்பறிவே இல்லாத ஓங்களுக்கு என்ன பெரிய அறிவு இருக்குமுன்னு எனக்கு தெரியும்... நல்ல அப்பனும், நல்ல மொவனும்...'' என்று கோபப்பட்டவள் தன் அறைக்குள் நுழைந்து கதவை வேகமாக சாத்திக்கொண்டாள்.

ரவியும் வெளியே சென்று தனது மோட்டார் பைக்கை எடுத்துக் கொண்டான். இருவரின் போக்குகளை கவனித்து நின்ற செல்லப்பன் மனம் வருந்த சாய்வுநாற்காலியில் சென்று சாய்ந்துகொண்டார்.

சுவரில் தொங்கிய கடிகாரத்தைப் பார்த்தபோது இரவு மணி பதினொன்றைத் தாண்டியிருந்தது. வெளியே சென்ற மகன் இதுவரை திரும்பி வர வில்லை. சாத்திய கதவை மனைவியும் திறக்கவில்லை.

தனது அப்பா காலத்திலிருந்தே செல்லப்பன் வசதி படைத்தவரில்லை. அவரும் தமரடிக்க, கூடமடிக்கச் சென்ற தொழிலாளியாகவேயிருந்தார்; எதோ அதிர்ஷ்டம் அடித்தது போல் ஒரு பாறைக்கு முதலாளியாகி அதிலிருந்து வளர்ச்சி பெற்று ஆறு பாறைகளுக்கு முதலாளியாகி, பணம் வீடு என ஊரே வியக்குமளவுக்கு வசதியாகிப் போனவர், தனது திருமணத்தில் படித்த பெண்ணே எனக்கு வேண்டும் என உறுதியாக இருந்தார்; எனக்குதான் படிப்பறிவு இல்லை, வருகிறவள் படித்திருந்தால் பிறக்கும் குழந்தைக்கு பயனளிக்குமே என தேடித் திரிந்து ராணியை திருமணம் செய்தார். அவர் நினைத்ததற்கும் ராணிக்கும் பொருத்தமேயில்லை.

நாற்காலியில் சாய்ந்தபடியே கண்களை மூடிக்கொண்டு மகனின் எதிர்காலத்தை நினைத்தார்.

'இப்படியே போனால் இவன் வாழ்வு எப்படி போய் முடியுமோ... பெத்த அம்மா காட்டுற பொறுப்பான அக்கறையை

தள்ளக்காரி எப்ப காட்டுவாளோ...' அவரது அச்சமூட்டும் சிந்தனை களைக் கலைத்தபடி ரவியின் பைக் வரும் சத்தம் கேட்டது.

வண்டிச் சாவியை சுழற்றிக்கொண்டு வந்த மகனைப் பார்த்தார் செல்லப்பன்.

ஒல்லியான உடல்வாகு, உயரமான தோற்றம். அரும்பாக வந்து கொண்டிருக்கும் மீசை. சிவப்பாகிப் போன கண்கள், எவற்றிற்கும், யாருக்கும் அச்சப்படாத குணம் அவனது இளமையின் மிடுக்காகத் தெரிய, தனது மகன் தன் கண்ணெதிரே வாழ்வைச் சீரழிக்கிறானே என்ற வேதனையுடன் பார்த்தார்.

'இந்த சின்ன பிராயத்துல இப்படி குடிச்சி சீரழிஞ்சா இவன் எதிர்காலம் எப்படியிருக்கும்? இளம் பிராயத்துல சரியா இருந்தாதானே அந்த வாழ்க்கை பூராவும் நல்லாயிருக்கும்...' குடித்துவிட்டு வந்தவனுக்கு தனது அப்பாவைக் கண்டும் எந்த பயமும் வரவில்லை.

''என்..ன..ப்பா... நீ இன்னு..ம் தூங்..க..ல்ல...'' அவன் வார்த்தைகள் உதறி உதறி விழ, அவனது கைவிரலில் கிடந்த மோதிரம் காணாமல் போயிருப்பதையும் செல்லப்பன் கவனித்தார். அரை பவுன் மோதிரம் எங்க கொண்டு தொலைத் தானோ...!

''கையில கிடந்த மோதிரம் எங்கல?''

''கையில... காசேயில்..லன்னா நான் என்..ன பண்ணுவேன்... வித்துட்டேன்...'' அதிர்ந்தார் செல்லப்பன்.

''ஒனக்க விருப்பத்திற்கு விக்க நீயா அதை உண்டாக்குனது...''

''என..க்காகதானே வாங்கித் தந்த... அப்போ அதை என்ன செய்றதுக்கும் என..க்கும் உரிமையிருக்கு... சும்மா தொண தொணக்காம போய் தூங்குப்பா... குட் நைட்...'' கையசைத்து தள்ளாடி நடந்தவன் தன் அறைக்குப் போக இயலாமல் தளத்திலே கால்களைப் பரத்திக்கொண்டு கிடந்தான். இவற்றை யெல்லாம் பார்த்த செல்லப்பன் மனம் கலங்கிப் போனார். அந்த இரவு அவருக்குத் தூக்கமில்லாமலே போனது.

3

திருவனந்தபுரம் பேருந்திலிருந்து இறங்கினான் திவாகர் என்ற திவா. செல்லப்பனின் தங்கை சுசீலாவின் ஒரே மகன். சுசீலாவைத் திருமணம் செய்து கொடுத்த இடம் உள்ளூரானாலும் அவள் கணவன் வேலை பார்த்த இடம் திருப்பூரில் என்பதால் சுசீலாவும் கணவனுடன் அங்கேயே சென்றுவிட்டாள். பனியன் கம்பெனி ஒன்றில் மேலாளராக வேலை பார்த்தவர் திவாவின் சிறு வயதிலே இறந்து போனார். அதன் பின் சுசீலாவுக்கு அங்கேயே கணவனின் பழக்கத்தில் வேலை கிடைக்க, எதாவது விடுமுறைக்கு வருவதோடு சரி. திவா அடிக்கடி இங்கு வந்துவிடுவான். முக்கியமான விடுமுறைகளென்றால் தன் மாமாவின் வீட்டில் வந்து தங்கிவிடுவான்.

சுசீலா மகனை நல்லபடிக்கு வளர்த்துள்ளாள். வாத்தியார் படிப்பை முடித்துள்ள நிலையில் மாமா வீட்டில் சில மாதங்கள் தங்கி கதை எழுதுவதற்காக வந்தான் திவா. இவன் அம்மாவோடு அதிகமாக நெருக்கம் கொண்டவன். அவளும் இவனுக்கு ஏராளமான கதைகள் சொல்லிக்கொடுத்தே வளர்த்தாள். அந்தக் கதைகளின் வசீகரத்தில் ஈர்க்கப்பட்டு பின்னாட்களில் புத்தக வாசிப்புகளில் ஆழப்பட்டவன் போகப் போக கவிதைகள்,

கட்டுரைகள் எழுதத் துவங்கி பள்ளியில் பரிசுகளையும் பெற்றிருக்கிறான். இயல்பிலே இளகிய மனமுள்ளவன் என்பதால் படைப்பாளிக்குரிய நல்ல மதிப்பீடுகள் அவனுக்குள் கிடந்தன. மாமா வீட்டுக்கு அவன் வருவதற்குக் காரணமே இங்குள்ள இயற்கைச் சூழல்களில் மனம் ஒன்றிப் போவதாலே.

பேருந்திலிருந்து இறங்கியவன் நாவல்பழ கலரில் சட்டையும், கறுப்புக் குழலும் மாட்டியிருந்தான். நீண்ட பயணம் செய்த அடையாளமாக தலைமுடிகள் தாறுமாறாகக் குலைந்து கிடந்தன. முகத்தில் லேசான களைப்பு தெரிந்தது. அடர்த்தியான தலைமுடியைக் காற்று தொட்டுத் தொட்டு மறித்து கொடுத்துக் கொண்டேயிருந்தது. முதுகில் ஒரு பேக். கையில் சின்னதாக ஒரு பெட்டி என நடக்கத் துவங்கியவன் மெயின் ரோட்டிலிருந்து பிரியும் மண்சாலையில் நடந்தான். சாலையின் இரண்டு பக்கமும் வளைந்து வளைந்து நின்ற தென்னை மரங்களும் சுற்றி ஓடிய ஓடைகளும் பச்சைப் பசேலென தெரிந்த புல் வெளிகளும் அவனது பயண அலுப்பை வாங்கிக்கொண்டன. மனம் சிலிர்க்க உற்சாகம் பெருக நடப்பவனைப் பார்த்தால், ஆண்களுக்குரிய அம்சமான உயரம். அதற்கேற்ற சதைப்பிடிப்பு. களையான முகத்தில் தெரியும் குறுந்தாடியை ரசித்துக்கொண்டே இருக்கலாம். புருவத்தின் கீழே தெரியும் கண்கள், மீண்டும் மீண்டும் பார்க்க வைக்கும் சக்தியுடன் மிளிர்ந்தன. திவா வெகு உற்சாகமாக நடந்துகொண்டிருக்க தென்னை மரத்தின் குயில்கள் இனிய குரல்களில் அவனை வரவேற்றுக்கொண்டன.

இறுக்கிக் கட்டிய தலைத்துணி சரிந்து சரிந்து போக, அவற்றிற் கிடையே வெயிலின் தாக்கத்தால் வியர்வை சக சகவென வழிந்துகொண்டிருக்க, கழுத்தோரம் வழிந்த வியர்வையை சேலையால் இருத்தி துடைத்துக் கொண்டாள் சுந்தரி. பாறையில் எடுத்து வீசிய வெயிலின் தாக்கத்தால் அதில் நின்ற ஒவ்வொருவரும் சுருண்டுகொண்டே நின்றார்கள்.

வெயிலின் நேரடித் தாக்கம் பாறையில் விழுவதால் அதிலிருந்து தொழிலாளிகள் தப்பித்துக்கொள்ள முடியாது. பாறையில் நின்று நின்று வெயிலை பழக்கிக்கொண்டவர்களின் வரிசையில் சுந்தரியும் சேர்ந்து விட்டாள். முன் கூட்டியே கறுப்பு வண்ணம் கொண்டவளுக்கு இந்தப் பாறைச் சூடு மேலும் கறுப்பை வாரி வாரிக் கொடுத்திருந்தது. இடது கையின் இரு விரல்களுக் கிடையில் கல்லை அதற்குரிய தாங்கு கல்லில் வைத்து வலது

கையில் சுத்தியல் பிடித்து தள்ளி தள்ளி ஒதுக்குவாள். முடிவில் அதை பெட்டி கணக்கில் அளந்து ஒரு பெட்டிக்கு இவ்வளவு என கொடுப்பார்கள். ஒரு பெட்டிக்கு யானை காசொன்றுமில்லை. பத்தோ இருபதோ கிடைத்தால் உண்டு.

சுந்தரி வெயிலின் தாக்கத்தில் வெந்தபடியே தர்மரைப் பார்த்தாள். வேனா வெயிலில் பாறையை கம்பியால் அடித்துக் கொண்டிருந்தார். அறுபது வயதானவர் இப்படி பாறையைக் குடைய வறுமை தானே காரணம். பெருமூச்சு விட்டாள் சுந்தரி.

'சில சென்மங்கள் பூமியில பிறந்து என்ன சுகத்தைதான் கண்டாங்க? வாழ்க்கை முழுவதும் வயிற்றுப் பிழைப்புக்கே சிரமப்பட வேண்டிய நெருக்கடி இருக்கிறப்ப என்ன சீவித சந்தோசம் கிடைச்சிரப் போவுது. எனக்க அப்பா பாவம் எத்தனை வருசமா பாறை வேலை செய்றாரு. தங்கச்சி குட்டிக்கு மருந்து வேண்டவே அம்படம் போவும். இவ்வளவு வயதானவரு இப்ப எல்லாம் ரெண்டு தமாரு அடிச்சாலே பெரிய விசயம்... ஒரு தமருக்கு எழுபது எம்பது ருவா அவ்வளவுதான் அவரால முடியும். எனக்காவது செல்லப்பன் இரண்டாயிரம் ருவாயாவது சம்பளம் தந்தா அப்பாய வீட்டுல இருத்துலாம். நான் இது தல்லியதும் எல்லாமுமா வீட்டு பாடை கடிச்சிப் பிடிச்சி உருட்டியிருலாம். எனக்கும் கல்யாண வயசு ஆயிட்டதா சொல்லுனம். பணமும், அழகும் உள்ளவளுக்கே மாப்பிளை வரக்கு கட்டப்படம்ப இந்த கருமியை எவன் வந்து கட்டுவான்?' நினைத்தவள் தன் மேனியைப் பார்த்தாள். மை போன்ற கறுப்பில் வெயிலில் மினுங்கியது தேகம்.

சிரித்துக்கொண்டாள். 'இந்த தேகம் கறுப்பா வெளுப்பா அழகா அசிங்கமான்னு எனக்கு வேறுபாடு காட்டித் தந்தது யாருன்னா, இந்த ஆளுகாதான். என் தங்கச்சி வெளுப்பு... அதுக்காக அவளை வெளுப்பியின்னு சொல்லுவாங்க. என்னை காக்க கருமியின்னு சொல்லுவாங்க. கறுப்புன்னா அய்யமுன்னு சொல்லி ஒதுக்கி ஒதுக்கி வச்சதுனால நான் அய்யமோ எனக்க கறுப்பு அய்யமோன்னு நினைக்கத் துவங்கினேன். இந்த தேகத்துல பல டப்பா மஞ்ச வாங்கி தேச்சி விட்டுருக்கேன். இரகசியமா கடவுளுட்ட வெள்ளையாக்கு வெள்ளையாக்குன்னு அழுதிருக்கேன். என்ன போராடியும் எனக்கு வெளுப்பு வரவேயில்ல. சுந்தரி பலரும் மறந்த பெயரு. என் பெயரு இந்த

ஊருக்கு காக்க கருமி. துவக்கத்தில் இந்த மாதிரி பரிகாசமா விளி கேட்கும்ப சாகத்தோணும்.

என் அப்பா எனக்கு நல்லாவே புத்தி சொல்லி தந்து தேற்றுவாரு...

'இந்த உலகத்துக்க உண்மையான கலரு கறுப்பு மக்கா, எல்லாத்தையும் நீ பாத்துப்பாரு. கறுப்பாட்டே இருக்கு. ஒனக்க கொம்மையிக்க வயித்துலயிருந்த கர்ப்பப்பை, செத்துப் போனப்பறம் கிடக்கிற கல்லறக்குண்டு, கடலு, மலை, இந்தப் பாறை... மேகம்... என எல்லாமே கறுப்புதான் மக்கா. வெள்ளை சொள்ளை. கறுப்பு காதலு மக்கா. வெள்ளையில என்னத்த இருக்கு? நோய் எதிர்ப்பு சக்தியே கிடையாத வெள்ளைத் தோலு ஒண்ணுக்கும் உதவாது. இந்தப் பாறை மடை வெயிலை ஒரு வெளுத்த தேகக்காரி தாங்கியிட்டு இதுல நிக்கட்டு பார்ப்போம். உண்மையா வெவரம் தெரிஞ்சவனுக்கு கறுப்பு பெண்ணையே பிடிச்சும். கறுப்புல வீரம் தெரியும். தூர வந்தாலே ஒரு கம்பீரம் தெரியும். வெள்ள அப்பிடியில்ல...' இப்படி ஆயிரமாயிரம் சமாதானம் சொல்லி கறுத்த என் முகத்தை முத்தம் செய்வார்.

நாட்பட என் தங்கையின் நோய்... வாழ்க்கையோட எதார்த்தம் இந்த கறுப்பை நினைக்க விடாமல் செய்தது. உடல் ஊனமுற்றவர்கள் கூட இந்த உலகில் வாழ்ந்துகொண்டிருக்க எனக்கு தொலியால் என்ன வந்துவிட்டது என என்னையே தேற்றிக்கொண்டு நடமாடினாலும் வெளிமனிதர்களுக்கு நானொரு பரிகாசப் பொருள் போலவே ஆகிவிட்டேன்.'

நினைத்துக்கொண்டவளின் முகத்தில் வெயில் தீவிரமாக அடிக்க முன்னே பனைஒலையால் மறைக்கப்பட்ட கிடுவை தன் வசதிக்கு மாற்றி வைத்தாள். எனினும் வெயில் விலகியபாடில்லை. தாகம் தொண்டையை வறளச்செய்ய, பாறையின் கீழ்ப் பக்கம் சுதா அமர்த்தப்பட்டிருக்கும் செட்டை நோக்கி நடந்தாள்.

செட்டினருகே வந்தபோது திவா சுதாவிடம் எவற்றையோ கேட்டுக்கொண்டு நின்றான்.

''இது யாரு?'' சுந்தரி கேட்க அவன் திரும்பினான். இதற்கு முன் பல தடவைகள் இவனை செல்லப்பனின் வீட்டில் பார்த்திருந்தாலும் அதிகமாக பேசியதில்லை. சில புன்னகை களோடு முடித்திருந்த நிலையிலேயிருந்தது.

''என்னை தெரியுதான்னு கேட்டு பாத்தேன். பாக்றா... சிரிக்கிறா... வேறெதுவும் சொல்லத் தெரியல.'' இயல்பாகப் பேசினான்.

''அவளுக்குதான் எதுவுமே தெரியாதுன்னு தெரியாதா? நானும் எதோ கடத்தல்காரங்க யாராவது எனக்க தங்கச்சியை கொண்டு போக்கு பேக்கு பக்கறையோட வந்திட்டாங்கன்னு நினைச்சேன்...'' தன்னை கடத்தல்காரன் என்று சொல்லியவளின் வார்த்தையைக் கேட்டு திவா சிரித்தான்.

தன் மகளோடு சிரித்துப் பேசும் திவாகரை பாறையில் நின்று பார்த்த தர்மரின் மனம் பூரித்தது. எனக்க பெண்ணுட்ட இப்படி எந்த ஆணாபெறந்தவன் சிரிச்சி பேசியிருப்பான்...

''இப்ப என்ன சொல்லிட்டேன்னு சிரிக்கிறீங்க?'' கேட்டவளைப் பார்த்தான் திவா. வயலோரங்களில் கம்போர் பட்டுவிடுமென கட்டி வைத்திருக்கும் பொம்மைபோல் தெரிந்தாள் சுந்தரி. தலையில் கட்டியிருந்த துணி கழுத்து வரை சரிந்து, தூக்கிக் கட்டிய பாவாடையும், சுற்றிக்கட்டிய தாவணியும், வயிற்றை உப்பியதாகக் காட்ட, அவள் சண்டைக்கு நின்ற விதமும் இன்னும் சிரிப்பைத் தர மீண்டும் சிரித்தான் திவா.

''நீங்க படிச்சவங்கதானா? இப்படி டீசண்ட் இல்லாம சிரிச்சிட்டு நிக்கியதுக்கு...''

மகள் சொன்ன இங்கிலிசைக் கேட்டு தர்மர் தனக்குள் பூரிப்போடு பாறையிலிருந்து கீழிறங்கி வந்துகொண்டிருந்தார்.

''வாங்க அங்கிள்... எப்படி இருக்கிறீங்க?'' திவா தர்மரை அங்கிள் என்று அழைப்பதைக் கேட்டு சுந்தரி மகிழ்ந்தாள்.

எனக்க அப்பனை யாருதான் அங்கிளுன்னு விளிச்சிருக்கு...

''நான் நல்லாயிருக்கேன்... நீ எப்படி இருக்கிற? வீட்ல அம்ம எப்படி இருக்கிறா?''

''எல்லாரும் நல்லா இருக்காங்க.''

''இனி எத்தனை நாளு இங்க தங்கப்போறீங்க?''

''எப்படியும் கொஞ்ச நாள் இருப்பேன்.''

''பெட்டியை தா பிள்ளா... நான் கண்டுறாக்குக்க வீடு வரைக்கும் ஒரு பேச்சு துணைக்கு வாறேன்.''

''எனக்கும் வீடு வரைக்கும் போணும் அப்பா... நான் கூட்டியிட்டு போறேன். அப்பா தங்கச்சியை பாத்துக்கிடும்'' என்றவள் திவாவின் கையிலிருந்த பெட்டியை வாங்கிக்கொண்டு, தன் தலையில் கட்டியிருந்த துண்டைக் கழற்றி தோளில் போட்டுக் கொண்டு நடந்தாள். திவா அவளின் பின்னே நடந்தான்.

போகிற வழியைப் பார்த்த திவா ஏராளமான மரங்கள் முறிக்கப் பட்டிருப்பதைப் பார்த்துத் திகைத்தான். பாதைகளில் நின்று விளையாடிக்கொண்டிருந்த சிறுவர்களின் விளையாட்டையும் ரசித்தான்.

''ஏங்க உங்க ஊருல உள்ள நிறைய மரங்கள் காணாமல் போயிருக்கு...''

''ஆமாங்க, நிறைய மரங்களை முறிச்சிட்டாங்க...'' வருத்தத்துடன் சொன்னாள்.

''நல்ல ஒரு கதை எழுத வந்த எனக்கு அதுக்குள்ள சூழல் கிடைக்காது போலயிருக்குங்க.''

''முதல்ல இந்த ஏங்கன்னு உள்ள விளியை மாத்துங்க... என் பெயர் தெரிஞ்சா அது படி விளியிங்க...''

''சாரே அவா பெயரு காக்க கருமி...'' என அவ்விடத்தில் விளையாடிக்கொண்டிருந்த சிறுவர்கள் கூற, சுந்தரி அந்தப் பையன்களை முறைத்தாள்.

''சாரே... நீங்க காக்க பாத்ததில்லையா? இவளுக்கும் அதுக்கும் ஏதாவது வித்தியாசமிருக்கா?'' மீண்டும் அவர்கள் கூறிக் கொண்டே ஓட, சுந்தரி தலை கவிழ்ந்துபோனது.

''உங்க பெயரு எனக்கு மறந்து போச்சிங்க...''

''அந்நா விளிச்சிட்டு போனாங்க இல்லா அதான் பெயரு. அப்படியே நீங்களும் விளிச்சா மதி'' முகத்தில் ஒரு வித அவமானம் இறுகிக்கொள்ள கூறினாள் சுந்தரி.

''இந்த உலகம் சொன்னவுடன நீங்க அதுமாதிரி ஆகமுடியாது. எல்லோருக்கும் ஒரு பெயர் போட்டு அம்மா அப்பா அனுப்புவாங்க. ஆனா ஒலகம் வேறு ஒரு பெயரையும் வச்சி விடும். அதுக்கெல்லாம் கவலைப் பட்டா எப்பிடி? உங்க

பெயரை சொல்லுங்க. எனக்கு பெயரறிய ரொம்ப ஆசையாயிருக்கு.''

''சுந்தரி. இதான் அம்மையும் அப்பனும் வச்ச பெயரு. தொலி கறுத்துப் போனதுனால கருமியின்னு ஊருக்காரங்க வச்சாங்க...'' நடந்துகொண்டே சுரத்தையின்றி கூறினாள்.

''சரியான பெயரைதான் போட்டுருக்காங்க...''

''என்ன பரிகாசமா பண்ணுறீங்க? இவா கருமியா இருந்தாலும் இவளுக்குள்ள ஒரு வெளுப்பான மனசு கிடக்கு... அது எனக்க அப்பனுக்கு மட்டும்தான் தெரியும்.''

''ஏன் அது இந்த திவாவுக்கு தெரியக்கூடாதா?'' அவனை புதிராகப் பார்த்தாள்.

''சுந்தரியின்னு பெயர் எவ்வளவு அழகாயிருக்கோ அதுபோல உங்க குணமும் அழகாயிருக்குமுன்னு நம்புறேன்.'' நெளிந்தாள் சுந்தரி.

''சுந்தரி, ரெண்டே ரெண்டு விசயம் நம்ம கூட இருந்தா எல்லா இல்லாமைகளையும் அது மாற்றும். ஒண்ணு கல்வி, ரெண்டாவது பணம்... இதுல ஏதாவது ஒண்ணு இருந்தாகூட உன் நிலையே மாறிப்போயிருக்கும்...'' அவன் சொல்வதன் அர்த்தம் புரிந்து தலைகுனிந்தாள்.

''ஒன்ன யாருமே கவனத்தில எடுக்காம போயிட்டாங்க. அந்த வயசிலே என் மாமன் அவர் வீட்டு அடுக்களையில ஒன்ன விட்ட நேரம் பள்ளிக்கு அனுப்பியிருக்கணும்... வீட்டோட கஷ்டங் களைப் பாத்து நீயும் வீட்டுக்குள்ளே உன்னை மறைச்சிட்ட...''

''அதெல்லாம் விடுங்க சார். போன காலத்தை இனி திருப்பி விளிச்சா வருமா? வளமையும், செல்வமும் உள்ள வீட்டுல பிறந்து சாதிக்கிறதில்ல சாதனை. என்னைப்போல உள்ளவங்க ஒரு வயிற்று சோற்றுக்கே போராடுறோமே அதான் சாதனை. ஏன் சார் உங்களை யாராவது ஒரு வார்த்தை தரம் கெட்டு பேசினா நீங்க பொறுத்துக்குவீங்களா? உங்க தன்மானத்தை யாருக்காவது பிடித்திழுக்க கொடுத்திருக்கீங்களா? ஆனா அது எல்லாத்தையும் நான் அனுபவிச்சிருக்கேன்... அனுபவிச்சும் சாகாம வாழ்ந்திருக்கேனில்லியா? அதான் என் சாதனை... அழகில்ல, படிப்பில்ல, பணமில்ல... ஆனாலும் எப்பமாவது எனக்குள்ள

வாழ்க்கை வருமுன்னு நம்பியிட்டு இருக்கேனில்லியா... அது போதாதா? என்னைப்போல உள்ளவுளுக்கு வாழ்வா உயிரான்னு கேட்டா உயிருதான் முக்கியம்... அப்பிடி பாத்துதான் என் படிப்பு போச்சி...''

சுந்தரியை வேதனையாகப் பார்த்தான். எல்லோரும் கறுப்பு என்று சொல்லி ஒதுக்கி வைத்திருக்கும் இந்தப் பெண் குணத்திலும் வாழ்க்கை முறையிலும் எவ்வளவோ அழகானவள். இவள் பராமரிக்கப்படாதவள். முறையாக கவனிக்கப்படாதவள். தூசு படிந்த கண்ணாடி போன்றவளை லேசாகத் துடைத்தாலே போதும். கொஞ்சம் செதுக்கினாலே சிலை போன்று ஆகிவிடுவாள். இவளை மட்டும் ஆதரித்து அன்பு செய்து வழிநடத்த ஒரு குடும்பம் இருந்திருந்தால் எவ்வளவோ வளமாக அழகாக இருந்திருப்பாள். இந்த சுந்தரி எவ்வளவோ அழகானவள். கறுப்பு பெண்களுக்கு அழகில்லையென்பது எவ்வளவு முட்டாள்தனமான சிந்தனை... அழகை வெளியே தேடுபவர்களுக்கு மன அழகைப் பார்க்க எங்கே தெரியும்?

''வாறியளா சார்... நேரமாகுது.'' அவனின் மறு பதிலை எதிர்பார்க்காமல் நடந்தவளை,

''என்னது இது, சும்மாசும்மா சார்ன்னு கூப்பிடுறீங்க... என்னோட பெயர் திவாகர். அந்த பெயரை சொல்லி கூப்பிட்டா போதும்.''

''நீங்க எல்லாம் பெரிய ஆளுங்கப்பா... உங்களையெல்லாம் பெயர் சொல்லி விளிச்சப்பாதுன்னு எங்க அப்பா சொல்லிக் கொடுத்துருக்கு...''

''அப்ப சார்ன்னுதான் கூப்பிடுவியா?''

''ஆமா...''

''சுந்தரி...'' அவன் இதமாக அழைத்த விதம் அவளை எதோ செய்தது. காக்கா கருமியென்று அழைக்கும் உலகில் தன் பெயர் சொல்லி இதமாக அழைக்க ஒரு ஆண் தன் முன் நிற்பதை அவளால் நம்ப முடியவில்லை.

''சுந்தரி நீ நல்ல பொண்ணுன்னு நான் முன்னாலே கவனிச்சிருக்கேன். ஆனா பேசுறதுக்கு வாய்ப்பு கிடைச்சதில்லை. உன் மேலேயும் உங்க அப்பா மேலேயும் எனக்கு நல்ல மதிப்பும் அன்பும் உண்டு. சொந்த சகோதரங்களுக்காகக்கூட தன்னை

தியாகம் செய்ய இப்ப இந்த உலகத்தில யாருமேயில்ல... ஆனா நீ எவ்வளவோ பொறுப்பா உன் தங்கச்சியை பாத்துக்கிற... வாழ்க்கை முழுவதும் வேதனையும் வறுமையும் அனுபவிச்சாலும் சிரிச்சிட்டே வாழுறியே... இதான் உன் நல்ல மனசு.'' தன்னைப் பற்றி அவன் அடுக்கிக் கொண்டே போக அவளுக்கோ தன் அடைபட்ட மன உணர்வுகள் பொங்கி மறிந்து அழுகையாக வந்து விடுமோ என அஞ்சினாள். அடுத்த ஆணின் முன் அழக் கூடாது என்று தன்னை அடக்கிக்கொண்டு செல்லப்பன் வீட்டுப் பாதையில் நடந்தாள். அவளுடன் நடந்தவன் அவளுக்கு புது உரு கொடுத்துக் கொண்டே நடந்தான்.

கூர்மையான மூக்கு, கொஞ்சம் உப்பிய கன்னத்தில் தெரிந்த மினுமினுப்பு, கறுத்த உதடுகளில் நிரந்தரமாக ஒட்டிக்கிடக்கும் புன்னகை, இதழ் திறக்கும்போது தெரியும் பல் வரிசை, திராட்சைப் பழம் உருண்டு மினுங்குவதுபோல் இங்கும் அங்கும் மறியும் கண்கள். இவளை நான் புதிதாக்கிப் பார்த்தால் எப்படி இருக்கும்? தோளில் அழுக்காகக் கிடக்கும் துண்டை மாற்ற வேண்டும்... அலங்கோலமாகக் கிடக்கும் நெருக்கமான கூந்தலை தெற்று அறுத்து நீளமாக பின்னல் போட்டு விடவேண்டும்... வியர்வை பிடித்து உப்புக் கரித்த முகத்தில் குளிர்நீரால் கழுவி லேசாக பவுடர் போட்டு வெறுமனே கிடக்கும் நெற்றியில் சின்னதாக பொட்டு வைத்து, கறுத்துக்கிடக்கும் கவரிங் பொட்டு கம்மலை மாற்றி சின்னதாக ஒரு ஜிமிக்கி ஆட விட்டு, தொள தொளவென போட்டுருக்கும் பிளவுஸ்க்கு பதிலாக உடம்போடு ஒட்டிக்கொண்டுள்ள பிளவுஸ் போட்டு... சுருண்டு ஏறுன பாலிஸ்ற்றர் தாவணிக்கு பதிலாக காற்றிலாடும் தாவணியைச் சொருகி... கரண்டைக்கும் மேலாக உயர்ந்து நின்ற கந்தலான பாவாடைக்கு பதிலாக பல கலர்களில் பட்டுப் பாவாடைகளை உடுத்திப் பார்த்தால் இவள் இந்த உலகத்திலே அழகான பெண்ணாக இருப்பாள்.

பாறையில் நின்று அழுக்கேறிய பாதங்களைத் தேய்த்துக் கழுவி பளீரென வெள்ளிக்கொலுசுகளைக் கொழுத்தி விட்டு நடக்க வைத்தால் கறுப்புப் பாதத்திற்கு எவ்வளவோ அழகாக இருக்கும்! பெண்ணுக்கு அழகு என்று வருணித்திருக்கும் எவற்றையும் அணிந்துகொள்ளாமலே இப்படி இருக்கிறாளே... இவள் இந்த உலகம் படிக்க மறந்த கவிதை. இவளை நான் வாசித்தால் என்ன? வாழ்வு கொடுத்தால் என்ன? தலையை உலுக்கிக்கொண்டு

எழுந்தான். முடியுமா என்னால்... வாத்தியார் என்ற நிலைக்கு வந்த என்னால் படிப்பறிவேயில்லாதவளை கல்யாணம் செய்து வாழ முடியுமா? ஏன் முடியாது. எல்லாரும் அவங்கவங்க தகுதிகளுக்குள்ள வாழ்க்கையை அமைத்துக்கொள்வதினாலே பல்வேறு ஏற்றத்தாழ்வுகள் வளருது. ஒரு பணக்காரன் பாவப்பட்டவளை கல்யாணம் பண்ணினா என்ன வந்துரும்? என் வீட்டுல இவா வந்தா யாருக்கு என்ன குறையும்? என் அம்மாட்ட இதைப்பற்றி எனக்கு பேசணும்.

இவனின் சிந்தனைகளை அறியாத சுந்தரி செல்லப்பனின் வீட்டின் முன் பக்கத்தில் சென்று அவனின் பையை வைத்துவிட்டு நடந்தாள். அவனோ அவளை புன்முறுவலுடன் பார்த்து நின்றான்.

4

வீட்டின் முன் பக்கம் கொளுத்தி வைத்த மண்ணெண்ணெய் விளக்கை காற்று சுற்றிச் சுற்றி அணைத்துக்கொள்ள முயன்று கொண்டிருந்தது.

''அப்போ காத்து வெளியில நல்லா வீசுது கண்டுதா? வெளி விளக்கை வீட்டுக்குள்ள எடுக்கட்டா?''

''கண்ணாடி விளக்கை வெளியில கொண்டு வை. ராத்திரி வெளியில போற வழிப்போக்கர்களுக்கு தூரமா கிடைக்கிற வெட்டமாவது ஒரு நம்பிக்கையை கொடுக்குமில்லியா...'' சொன்ன தர்மரின் வார்த்தைகளைக் கேட்டு தனக்குள் பேசிக்கொண்டாள்...

'இந்த அப்பனுட்டண்டு இல்லாம வேற எங்கேயிருந்து நான் கத்துக்கிட்டேன் வாழ்க்கையை. புத்தகம் எடுத்து படிக்கிற கல்வி சொல்லிக் கொடுக்காத எவ்வளவோ விசயங்களை இவரு எனக்கு சொல்லித் தாறாரு... அடுத்தாளுக்க உணர்வை மதிக்க எந்தக் கல்வி சொல்லிக் கொடுக்குது... படிச்ச பரதேசிகள்தான் நாட்டுல அம்புட்டு வேண்டா வேலைகளை செய்கிறது. அடுத்தவன் உணர்வை புரியாம இருக்கிறது... இதே செல்லப்பன்

கண்டுறாக்கு கூட வீட்டுக்க முன்ன லையிட் போடமாட்டாரு. ஆனா விடிய விடிய பைசா கொடுத்து வாங்குன மண்ணெண்ணெயை எரிய வச்சி வழிப்போக்கர்களுக்கு வெட்டம் கொடுக்க நினைக்கிறாரே... இது எந்தப் பணக்காரனுக்கு வரும்? இவருக்கு மொவளா பிறந்த நான் எப்பிடி மனசாட்சியத்து வாழ முடியும்?'

''சுந்தரியே...'' தர்மர் அழைக்க...

''சுதாளுக்கு ஆகாரம் கொடுத்தியா...?''

''இனிதான் கொடுக்கணம்...''

''அப்பா கிடக்கட்டா மோளே... ஒரே குறுக்கு வேதனையா இருக்கு.''

''ஓ... அப்பா கிடயும்... நான் தங்கச்சியிக்கி சோறக் கொடுத்துட்டு, ரெண்டுணு கரி பாத்திரம் கிடக்கிறதை கழுவியிட்டு கிடக்கிறேன்.''

''இனி காலத்த கழுவு. ராத்திரி வெளியில போவாத... எனக்கும் கண்ணயரும்.''

''நீரு நிம்மதியா ஒறங்கும்... விடியக்காலம் கண்டுறாக்குக்க வீட்டுக்கு போணுமில்லியா? திவா சாரும் வந்திருக்கு. அங்க வேலை காணும்...'' சொல்லிக்கொண்டே சுதாவிற்கு சாப்பாடு எடுத்து வைத்தாள்.

படுக்கையில் விழுந்த தர்மருக்கு கண்களை நிம்மதியாக மூடவே முடியவில்லை. தன் மகள்களின் நினைவுகள் அவருக்கு அதிக வலியைக் கொடுத்தன. 'சுந்தரிக்கும் வருகின்ற ஐப்பசியில் இருபத்தியொரு வயது பிறந்துவிடும். அதன் பின் திருமணம் செய்து கொடுக்க எவ்வளவு காலங்கள்தான் உண்டு. அதுல இதுலன்னு கிடைக்கிறதைப் பதுக்கி மாசம் ஆயிரம் ரூபாய் சீட்டு போடுறா சுந்தரி. லெச்சங்கள் கோடிகள் வைத்து கல்யாணங்கள் நடத்துற ஓலகத்துல சில ஆயிரங்கள் வைத்து என்னோட ரெண்டு பெண்களையும் நான் எப்படி கரைசேர்ப்பேன்... சின்னவளை பச்சைப்பிள்ளைபோல பாக்க எப்பவும் அவா கூட ஆள் வேணும். இந்த நிலையில அவளுக்கு கடைசி வரைக்கும் யாரு உண்டு? எனக்கும் அறுபது வயசாகுற நிலையில இன்னும் எத்தனை நாளு உயிரோட இருந்து இவங்களை காப்பாத்துவேன்னு

தெரியேலியே... இருந்தாக்குல நான் செத்துப்போனா என் ரெண்டு பெண்களுக்கு யாரு பாதுகாப்பு? துணையத்த பெண்களை இந்த உலகம் பிச்சித் தின்னுமோ? அய்யோ ஆண்டவரே... எனக்க பெட்டமக்களை எப்படி வாழவைக்கப் போறேனோ தெரியேலியே... சுந்தரிக்காவது ஒரு வாழ்வு அமஞ்சா சுதாவை காப்பாத்துவா... இல்லன்னா ரெண்டும் இந்த வீட்டுல யாருக்க துணையுமற்று அனாதைகளாக எங்காலத்துக்குப் பிறகு பாவம்போல வாழுவுனுமோ?' அவரால் படுக்க இயலாதவாறு மகள்களின் வாழ்வு அச்சமூட்ட எழுந்து அமர்ந்தார்.

''ஏம்ப்பா ஓமக்கு ஒறக்கம் வரேலியா?''

''இல்ல மக்கா...'' அவர் முகத்தைத் துடைத்துக்கொண்டு கூற, தந்தையின் அருகில் சென்றாள்.

''இப்ப எதுக்கு மனசப்போட்டு இந்தப் பாடுபடுத்தியிட்டுருக்கு. எங்களை நினச்சி அதிகமா வருத்தப்பட்டு தீனத்தை உண்டாக்கேதேயும்...'' என்று சொல்லியவள் அவரின் தலையைத் தடவிக்கொடுத்து நெற்றியில் முத்தம் வைத்தாள். ஒரு தாயைப்போல் அரவணைத்து ஆறுதல் படுத்தும் மகளின் அன்பில் உருகினார் தர்மர்.

வானில் உலாவிய நிலாவை வீட்டு மோட்டின் படி பார்த்தபடியே சுதாவுக்கு சோற்றைக் குழைத்து வாரி கொடுத்துக் கொண்டிருந்தாள் சுந்தரி. வாயிக்குள் தள்ளிவிடுகின்ற சோறு துப்பலுடன் வெளித்தள்ளி வர அதைக் கையால் வாங்கி தரையில் வைத்தபடியே சுதாவின் முகத்தைப் பார்த்த சுந்தரிக்கு வலியால் மனம் சுருண்டது.

'என் தங்கச்சி மட்டும் சரியா இருந்திருந்தா என் மனசுல இவ்வளவு பெரிய வேதனையிருந்தாக்காதே... எவ்வளவோ அழகாயிருக்கியா இவா... இவா ஆரோக்கியமாயிருந்திருந்தா இவளாவது படிச்சிருப்பா... வேலைபாக்க போவா. என்னையும் அப்பனையும் நம்பிக்கை தந்து பாத்திருப்பா. இனி அது எதுவுமே செய்ய முடியாதவளா காலம் பூரா கவனிக்கிற குழந்தைபோல இருப்பா...' நினைத்துக்கொண்டே அவளின் முகத்தைத் துடைத்து முத்தம் வைத்தாள். நிலாவின் பளீரொளியில் மினுங்கிய முகத்தில் ஒரு தெய்வீகம் தெரிய, அவளை அணைத்துக்கொண்டு படுத்தாள்.

அருகே படுத்துக்கிடந்த தர்மர் தூங்கவில்லையென்பது இவளுக்குப் புரிய, பெருமூச்சு விட்டுக்கொண்டாள்.

'எனக்கும் மனசு வலிக்குதுப்பா... எனக்கு நோவாததுபோல ஒனட்ட காட்டியிட்டாலும் எனக்கும் சீவிதம் வலிக்குது. என் தொலியைப் பார்த்து எடை போடுற மனிதர்கள், படிக்க விடாத சூழ்நிலையைத் தந்த வறுமையும், பாறையில நிறுத்திவிடுற அளவுக்கு புறக்கணிப்பு தந்த பணக்காரர்களும் என் மனசுல கிடக்கத்தான் செய்யுனம். ஒமக்க கண்டுறாக்குல வீட்டுல வேலைக்கு போறப்ப அந்த ஆளுட்டயும், அவனுக்க பொண்டாட்டியிட்டேயும் என் படிப்பைப் பத்தி சொல்லியிருக்கேன். பேத்த தொங்கச்சியை வச்சிட்டு என்ன படிப்பு... இதுல நின்னா சீவிதம் பசியில்லாம போகுமுன்னு சொல்லியிட்டாங்க. என் வாழ்க்கை மேல யாரும் அக்கறை படாதவாறு என்னைச் சுத்தி நடந்த அத்தனை தரித்திரங்களையும் நான் யாருட்ட சொல்ல? நம்ம சுதா நல்லபடியிருந்திருந்தா எனக்க வாழ்க்கையில பெரிய பொறுப்பெல்லாம் வந்திருக்காது. இப்ப இவளுக்கு அம்மையா இருக்கியேன். காலம் வரைக்கும் இருக்கவேண்டி வந்தாலும் நான் தாங்கிக்கதான் வேண்டும். சீவித எழுத்தை நமக்கு ஆண்டவன் தலைகீழா வரஞ்சி விட்டுருப்பான்...' மனம் பெருமி மறிய இவள் கண்களுக்குள் தூக்கம் நுழைய மறுத்து வெளியே நின்றது.

●

காலைவெயில் முதுகைத் தொட உணர்வு பெற்றான் ரவி. கண்கள் பிரிக்க முடியாத எரிச்சலாய் இருந்தது. பசித்த வயிறு கிள்ளியது. வீட்டில் ஆளரவம் இல்லாததுபோல தெரிய அவன் மனதில் வெறுமை வந்தது. அப்பா பாறைக்குப் போயிருப்பார். அம்மா... கோபம் வந்து முட்ட, சுவரில் தொங்கிய கடிகாரத்தைப் பார்த்தான். மணி ஒன்பது என காட்டியது.

'அய்யோ இன்னிக்கும் காலேஜி போச்சா... யாராவது ஒரு வார்த்தை எழுப்பி விட்டாங்களா?' வெறுமனே எழுந்து அமர்ந்திருந்தான். சமையலறையிலிருந்து எதோ வாசனை வர, சட்டினி இண்ணு நல்லா மணக்குதே... பசிக்கிற பசிக்கு ஏதாவது வயித்துக்குள்ள வாரி போட்டாதான் நல்லது. நினைத்தவன் எழுந்து சமையற்கட்டிற்குள் நுழைந்தான். அங்கே நின்றிருந்த திவாவைப் பார்த்து மிகவும் ஆச்சரியப்பட்டான் மகிழ்ச்சியில்.

"டேய் மாப்பிளை எப்ப வந்த?''

"நேத்து நாலு காலுல நீ வாறதுக்கு முன்னே வந்தேன். மாமா நடுவீட்டுல உனக்காக காத்திருக்கிறது எல்லாமே எனக்கு தெரியும்.''

"ஏண்டா நீயும் எல்லாரைப்போல நாலு காலு எட்டு காலுன்னு சொல்ற?''

"பின்ன எப்படி சொல்ல? மாமா ஃபீல் பண்றாடா?''

"இதுல ஃபீல் பண்றதுக்கு என்ன இருக்கு? ஃபீல் பண்றது அண்ணத்த ஆளுகளுக்க ரோல்...'' சொல்லிக்கொண்டே சமையலறையின் பாத்திரங்களைத் திறந்து மூடினான்.

"கருமி இண்ணு நல்லா சமைச்சி வச்சிருக்கியாளே... எல்லாம் நீ வந்த காரணமாயிருக்கும்.''

"ஏண்டா அவளுக்குன்னு ஒரு பெயரு இருக்கில்லியா... அதை சொல்லாம கருமியின்னு சொல்றீங்க?''

"திவா நீ அதைப் பாத்துருக்கியா காக்கைகூட அதை விட அழகாயிருக்கும். அதுவும் அதுக்க முகமும் பேக்...'' வாயைச் சுழித்துக் காட்டியவனை தண்ணீர் எடுத்து வந்த சுந்தரி கண்டாள்.

திவாவுக்கு அவள் கேட்டுக்கொண்டு வந்ததைக் கண்டு மனம் சுருண்டுகொண்டது. எதுவும் வலிக்காதது போல் பானையில் தண்ணீரை ஊற்றியவளின் தண்ணீரோடு கண்ணீரும் சென்றிறங்குவதை திவா பார்த்துக் கொண்டே நின்றான்.

பாறைமடையில் வெடி வைக்கும் சத்தத்தை ஒலிக்க வைத்துக்கொண்டிருந்தார் தொழிலாளி ஒருவர்.

"எல்லாரும் ஒதுங்குங்க... பாறையில வெடி வச்சிருக்கு... வெடியோ வெடி...''

பாறையில் சத்தம் கேட்க, ஏனைய தொழிலாளிகளும் அக்கம் பக்கம் உள்ளவர்களும் பாதுகாப்பாய் ஒதுங்கிப் போய்க் கொண்டிருந்தார்கள். பாறையின் அடிப்பக்கம் கிடந்த பாறைக்குண்டில் பெருகிக்கிடந்த தண்ணீரைப் பார்த்துக் கொண்டே நின்றான் திவா. தெளிந்து கிடந்த தண்ணீருக்குள் அதன் அடி வரைக்கும் கிடந்த துகள்கள் வரைக்கும் தெரிவதை

இரசித்து நின்றவன் வெடியோ வெடியென்று ஒலித்த எச்சரிக்கை சத்தம் கேட்கத் தவறினான். செட்டுக்குள் இருந்த சுதாவையும் கூட்டிக்கொண்டு தர்மருடன் மறைவிடம் தேடிச் சென்றவள் பாறையருகே நின்ற திவாவை அதிர்ச்சியுடன் பார்த்தாள்.

'இப்ப வெடிக்குமே... வெடிச்சா இவன் தலை போவுமே... அப்பா சுதாளை பிடியும்.' கூறியவள் அவனை நோக்கி ஓடினாள்.

''திவா சாரே...'' தர்மரும் திகைப்புடன் மகளைப் பார்த்துக் கொண்டே நிற்க, அவள் அவனை நோக்கி ஓடினாள். திவாவின் அருகில் சென்றவள் அவனின் கையைப் பிடித்து இழுத்தாள். என்ன நடக்கிறது என்பதை கிரகிக்க முடியாத நிலையில் திவா கீழே சரிய, சுந்தரி அவன் மேல் விழுந்தாள்.

டமாரென சத்தம் எழுப்பி வெடித்தெழுந்த பாறைத்துண்டுகள் பூவாணம்போல் சலசலவென விரிந்து விரிந்து போக, அதில் பறந்து வந்த சிறிய கல்லொன்று சுந்தரியின் வலது காலை நோக்கிவந்து விழ,

''எனக்க மோளே'' என அலறிக்கொண்டு ஓடினார் தர்மர். கூடவே தொழிலாளிகளும் ஓடினார்கள். திவாவை அணைத்துக்கொண்டு அவனுக்கு எதுவும் ஆகிவிடக்கூடாதென தெரிந்தவளை சிலர் அழுக்காக பார்த்தார்கள்.

திவா அதிர்ச்சியுற்றவனாய் எழுந்து அவளைத் தூக்கினான்.

''சு..ந்த..ரி..'' அவனுக்கு சங்கடம் முட்டி வந்தது. தன் தாய்க்குப் பின் உயிர் தந்ததுபோல் அவள் தெரிந்தாள். தன்னைச்சுற்றி விழுந்த கற்களின் வடிவங்களைப் பார்த்து பிரமித்தான்.

''மோளே எனக்க மோளே...'' துடித்துப் போன தர்மரை சமாதானப்படுத்தியபடியே சுந்தரியைத் தூக்கினான் திவாகர். அதற்குள் செல்லப்பன் விவரம் அறிந்து ஓடி வந்தார்.

''லே... நீ அவள இப்ப எங்க கொண்டு போறக்கு இப்பிடி தூக்கி வச்சிருக்கிய? ஒனக்கு பைத்தியமா? அவளை இதுல போடுல...'' அருவருப்பாய் கத்த தர்மர் அதிர்ச்சியாகி அவரைப் பார்த்தார்.

''லே தர்மரு... என்னத்த பாத்துட்டு நிக்கிய? பாறை வெடிச்சி வாறது எங்க வீட்டுப் பயலுக்கு தெரியாமலா இருக்கும்.

வேணுமுன்னு வந்து பெரிய வீட்டு பயல மயக்கி போடக்கு பாக்றா ஒனக்க மொவா? நீ பெத்தவனில்லியா? நீ தூக்கு ஒனக்க மொவளை... கண்டவன் தூக்க பாத்துட்டு நிக்ற...''

வலியால் துடித்த சுந்தரிக்கு இந்த வார்த்தைகள் அதீத வேதனையைக் கொடுக்க, அந்த வலியிலும் திவாவைக் கடித்தாள்.

''ஒங்குளு..ட்..ட என்னை தூக்கச் சொன்னது யாரு? விடுங்க எ..என்..னை...''

தர்மர் வாய் பொத்தி அழுதார். பலரின் மத்தியில் செல்லப்பனின் வார்த்தைகள் அவரது இல்லாமையைக் கூறு போட்டது போலிருந்தது. சுந்தரியை செட்டின் முன்னே தெரிந்த பழைய பொத்த கட்டிலில் படுக்க வைத்த திவா தனது மாமனை முறைத்துக்கொண்டான்.

''இப்ப இப்பிடியே வச்சிருந்தா நல்லாயில்ல... ஆஸ்பத்திரிக்கு கொண்டு போகணம். காலு எலும்புல அடி பட்டிருக்கு...''

''பெரிய டாக்டர் சொல்லியிட்டாரு... போல அப்பறம். லே அருளு ஆட்டோ விளிச்சி வைத்தியருட்ட கூட்டியிட்டு போய் எண்ணெய் வச்சி தடவி விடச்சொல்லு...''

தர்மர் மகளின் காலைப் பார்த்தார். கரண்டைக்காலினருகே எலும்பு சிதைந்து தெரிந்தது.

''அய்யோ எனக்க மொவுளுக்கு நோவுமே... அவளால இனி நடக்க ஒக்காதே. எங்க சீவிதம் போச்சே...'' என தர்மர் கத்தி அழ, திவா அவரை அமர்த்திக்கொண்டே மாமனாரின் அருகில் சென்றான்.

''மாமா நல்ல முறிவு இருக்கு. வைத்தியருட்ட போய் தடவி கெட்டு போட முடியாது. அவளை ஆஸ்பத்திரிக்கு கொண்டு போணும் மாமா.''

துரிதப்படுத்தியவன் கையைப் பிடித்துக்கொண்டு செட்டிற்குள் நுழைந்தார் செல்லப்பன்.

''ஒனக்கு இங்க உள்ள கெடப்பு எதுவும் தெரியாம என் விசயத்துல நீ தலையிடாத... என் தங்கச்சி உன்னை நல்ல விதமா வளத்து விட்டுருக்கியதுல எனக்கு சந்தோசம்தான். இப்போ இவளை

பெரிய ஆஸ்பத்திரிக்கு கூட்டியிட்டு போனா ஐம்பதாயிரம் ஒரு லட்சம் வரைக்கும் செலவாக்கணம். அதெல்லாம் பொறுப் பெடுக்க என்னால ஆகாது. வைத்தியருட்ட கொண்டுபோறது எனக்க கடமை. அதுக்கப் பிறகு அவங்கள ஏதாவது தர்ம ஆஸ்பத்திரிக்கி போட்டு... பத்தோ ஆயிரமோ கொடுக்க மட்டும் தான் என்னால முடியும்.''

மனசற்று சொல்லும் செல்லப்பனின் வார்த்தையால திவா ஆடிப்போனான். எனக்க அம்மாவோட தம்பியா இந்த மாதிரி பேசுறது... எனக்க அம்மா இப்படி கிடையவே கிடையாது. ஊருல யாரு கஷ்டப்பட்டாலும் ஓடி ஓடி உதவுவாங்க... வருசத்துல ஏழு பிள்ளைங்களுக்கு படிப்புச் செலவை கவனிக்கிறாங்க. ஏழைப் பெண்களோட கல்யாணத்துக்கு உதவுறாங்க... ஆனா இவரு...

''மாமா நீங்க பண்றது ரொம்ப தப்பு. உங்க பாறையில வச்சி நடந்த விபத்துக்கு நீங்கதானே பொறுப்பு...''

''அது நான் பாத்துக்கலாம். இதுல நீ எதுவும் சொல்லக் கூடாது... இது வரைக்கும் நான் என்ன பண்ணினேனோ அதுதான் இன்னும் பண்ணுவேன்.''

''மாமா மனசாட்சியில்லாம நடக்கறீங்க. அந்த காலத்திலிருந்தே கண்டுறாக்குன்னு உங்களையே நம்பி வாழ்ற குடும்பத்துக்கு நீங்க பண்றது துரோகம். நீங்க இப்ப கூட புதுசா கிரசர் வாங்கியிருக்கீங்க... உங்க மகனுக்கு தினம் ஐயாயிரம் ரூபா செலவுக்கு கொடுக்கறீங்க... மாமியோட மேக்கப்புக்கு வாரி வாரி தள்ளுறீங்க... பாவப்பட்ட ஒரு பெண்ணுக்கு மருந்துச் செலவுக்கு கொடுக்க மாட்டீங்களா?''

செல்லப்பன் அவனை முறைத்தார்.

'' லே... அந்த கறுத்த மூதேவி வாழ்றதை விட செத்துப்போனா நல்லது. விளங்காத பயிருல அவா... வெள்ளம் ஊத்தினாலும் அதுல எதுவும் பிடிச்சாது. நீ என் வாயிலயிருந்து எதாவது கேட்டுடப் போற... அப்புறம் மாமா இப்பிடி சொல்லி யிட்டாரேன்னு நினைக்கக் கூடாது'' என்று சொல்லிவிட்டு வெளியே வந்து நின்ற ஆட்டோவில் சுந்தரியை ஏற்றி ஊரில் உள்ள வைத்தியனிடம் அனுப்பி வைத்தார். தர்மர் ஆட்டோவின்

பின்னே அழுதுகொண்டு சுதாவையும் கூட்டிக்கொண்டு போனார். திவா செல்லப்பனிடம் வந்து நின்றான்.

"நான் அவளை பாப்பேன். தனியார் ஆஸ்பத்திரிக்கு கூட்டியிட்டு போவேன். என் பணத்துல நான் பாப்பேன்..." உறுக்கிக் கொண்டு போனவனை எரிச்சலில் பார்த்து நின்றான் செல்லப்பன்.

'பாதிக்கப்பட்டவங்களுக்க உணர்வை புரியாத மனுசங்களை யெல்லாம் என்ன செய்றது? பணக்கார வீட்டில பிறந்துட்டா அந்த உயிருக்க மதிப்பு மட்டும் உயர்ந்திருமா? ஒரு மனுசனை மதிக்க மனுசன் என்கிற ஒரு அடையாளமும் போதாதா? அவனுக்க பின்னால பணம் இருக்கணம்... படிப்பிருக்கணமுன்னு ஏன் ஆகிப்போச்சி... சுந்தரிக்கி வலிக்குமுன்னு இவருக்கு தெரியாதா? வைத்தியனுட்ட போய் கெட்டுப்போடுற காயமா அவா காயம்... ஆப்ரேசன் பண்ற அளவுக்கு எலும்பு சிதைஞ்சு போயிருக்கு... எனக்கு அவளை காப்பாத்தியே ஆகணம்...' மனதில் வேகத்துடன் நடந்தான் திவா.

5

வைத்தியரிடம் கட்டு போட்டு சரியாக்க முடியாத காரணத்தால் தர்மர் மகளைக் கொண்டு அரசாங்க ஆஸ்பத்திரியில் சேர்த்தார். திவா அரசு மருத்துவமனைக்குள் அவளைத் தேடிச் சென்றான். மருத்துவமனைக்குள் கூட்டம் அலைமோதியது. மருந்துகளின் நெடி குப்பென மூக்கில் நுழைந்துகொண்ட போது நோய்களின் கொடூரத் தன்மைகள் பல்வேறு ரூபங்களில் கண்முன் எழும்பி நின்றன.

இழுத்துக்கொண்டவர்கள், காய்ச்சலால் முனகியவர்கள், முறிவுகளால் வலித்துக்கொண்டவர்களென பல பல நோய்களின் வலிகளுடன் தெரிந்தவர்களை உள்ளன்போது பார்த்துக் கொண்டே நடந்தான்.

அதிக மருந்து, ஆரோக்கியமான மருந்துகளென கிடைப்பது அரசு மருத்துவமனைகளில் மட்டுமே... ஆனால் இவை முறையாக மக்களைச் சென்று சேர்கிறதா என்றால் இல்லை. ஒவ்வொரு வளாகத்திலும் அமைந்துள்ள அரசு மருத்துவமனை கள் திறம்பட செயல்பட்டால் தனியார் மருத்துவமனைகள் இவ்வளவு வேகமாக வளரவேண்டிய அபாயம்

உருவாகியிருக்காது. அரசு மருத்துவர்கள் மக்களின் நோய் தன்மையில் உண்மையான கரிசனம் காட்டி அன்பு செய்தால் தனியார் மருத்துவமனைகளில் வீட்டை விற்று, நகைகளை விற்று, கடன் வாங்கி, வட்டிக்கு வாங்கி கட்டுக்கட்டாக பணம் செலுத்தவேண்டிய நிலை வந்திருக்காது.

சரியான கவனிப்பில்லை, முறையான பராமரிப்பில்லை, பாராமுகம், பொறுப்பற்ற தன்மை... இவைதான் அரசு மருத்துவர்கள் பெரும்பாலும் வெளிப்படுத்தும் செயலாக இருக்கிறது. அடிமட்டத்திலிருந்து மேல் மட்ட வேலை பார்க்கும் மனிதர்கள் வரை தங்கள் பொறுப்பை உணர்ந்து செயல் பட்டால் ஏழைகள் எவ்வளவோ வாழ்வு பெறுவார்கள். இந்த சமூகத்தில் மருத்துவர்களும், ஆசிரியர்களும் சரியான பொறுப்பாளர்களாக இருந்துவிட்டாலே பாதி குற்றங்கள் குறையும்... நினைத்துக்கொண்டே வெயிலிலும் நெரிசலிலும், மருந்துக்கும் மருத்துவர்களுக்கும் காத்துக்கிடக்கும் மக்களை வேதனையுடன் பார்த்துக்கொண்டு நடந்தான்.

பொது வார்டில் பத்தாவது கட்டிலில் படுத்துக்கிடந்த சுந்தரியிடம் சென்றான். அவள் படுத்துக்கிடந்த இரும்புக் கட்டிலுக்கடியில் தர்மர் ஒருக்களித்து படுத்துக் கிடந்தார். அவரருகில் அணைந்துக்கிடந்தாள் சுதா.

''சு..ந்த..ரி...'' இவன் அழைக்க மெதுவாக கண்களைத் திறந்தாள். அவள் முகம் வலியால் இன்னும் கறுத்திருந்தது.

''எ..து...க்கு இங்..க வந்தீங்க?'' சுந்தரி வெறுப்பாகக் கேட்க திவாவின் முகம் மாறியது. அதற்குள் தர்மர் எழும்பினார்.

''நம்மளை இது வரை யாராவது பார்க்க வந்தாங்களா? கரிசனையா பாக்க வந்தவருட்ட ஏன் வந்தீங்கன்னு கேட்கிறது சரியா மக்கா... திவாரே நீ எதுவும் மனசுல வச்சுக்காத... அவா எதோ சங்கடத்துல இப்படி சொல்றா.''

''எனக்கு எல்லாமே புரியுது. அவா வருத்தத்தை எனட்டயாவது காட்டட்டும். கொப்பளிச்சி விட யாராவது வேணுமில்லியா?'' அவன் அப்படிச் சொன்னதும் சுந்தரிக்கு என்னவோ போலிருந்தது.

''இதுல உக்காரவும் வசதியில்ல. சுந்தரி கொஞ்சம் நீங்கி படு...'' மகளை ஒதுக்கி திவாவை அவளருகே இருக்க வைத்தார்.

பக்கத்தில் கிடந்த நோயாளி எடுத்து ஊற்றிய வாந்தியில் ஈக்கள் வந்து விழுந்துகொண்டே இருந்தன. கட்டிலுக்கடியில் சுதாவும் சிறுநீர் கழித்த வாடை வீசியது. சுற்றி வீசிய நாற்றங்களின் இயலாமைகளை சுவாசித்துக்கொண்டே சுந்தரியின் காலைப் பார்த்தான்.

''என்ன சொல்லியிருக்காங்க டாக்டர்?''

''வந்த பிறகு ஒரே ஒரு தடவை வந்து பாத்துட்டு போனதோட சரி... அதுக்கப் பிறகு யாருமே வரேல. அவளுக்கு காலு ஒரே வேதனையா இருக்கு.''

''சுந்தரியை கூட்டியிட்டு வெளி ஆஸ்பத்திரிக்கு போகதான் வந்தேன்...'' சொன்னவனை புதிராகப் பார்த்தாள்.

''பணத்தைப் பத்தி கவலைப்படாதீங்க. அதெல்லாம் நான் பாத்துக்கிறேன். இவா காலை கவனிக்காம போனா அப்புறம் நடக்க முடியாம போயிரும்.''

அவனது கனிவும் கரிசனையும் சுந்தரியை என்னமோ செய்ய, அவனின் எந்தச் செயலும் தனக்குள் ஊடுருவ விடாதபடிக்கு மனதை இறுக்கமாக மூடினாள். இவனின் கரிசனைக்கு இணங்கி போகக் கூடாது. ஆபத்தில தொட்டுத் தூக்கியதையே தப்பாப் பாத்து தலைகீழாக் குதிச்ச செல்லப்பன் இதை சம்மதிக்க மாட்டாரு. நான் பாவப்பட்ட பெண்ணு... இவனுக்க உதவி எனக்கு அவமானத்தையே தரும். அதுனால இந்த ஆஸ்பத்திரியும் இந்த மருந்துகளும் போதும். இவன் நாளைக்கே அவன் ஊருக்கு போவான். இவனால ஒரு பரியெடு வந்தா அது கடைசி வரைக்கும் எங்கூடேயே கிடக்கும். பாவப்பட்ட எனட்ட பணம்தான் இல்லை. இம்புடு மானமாவது கிடக்கட்டும்.

''அப்பா இவரை போகச் சொல்லும். நம்ம விசயத்துல இவரு காட்டுற அக்கறை எனக்கு பிடிக்கேல...'' திவாவின் முகம் பார்க்காமல் சொன்னாள் சுந்தரி.

''சு..ந்த..ரி...'' திவா அழைக்க, மகளை வித்தியாசமாகப் பார்த்தார் தர்மர்.

''பின்ன என்னப்பா? ஆபத்துல என்னை தொட்டுத் தூக்கியதுக்கே செல்லப்பன் எப்படிப்பட்ட வார்த்தைகள் சொன்னாருன்னு கேட்டீங்களா?''

''அவா சொல்லியது சரிதானே...''

''இப்ப அவரோட பணத்துல நான் எதுவும் செய்ய வரேல... என் அம்மாட்ட சொன்னா அம்ம கூட இப்ப வந்து உதவி செய்வாங்க. என்னை புரியாமலே பேசுறியே சுந்தரி...''

''எங்களையும் புரியுங்க சார்... இலவசமுன்னு சொன்னவுடன ஓடி வாற கூட்டமில்ல நாங்க. வந்தீங்க... பாத்தீங்க. அதுக்கே கோடி நன்றி சொல்லியேன்...'' அவனைக் கையெடுத்துக் கும்பிட்டவளை மனம் கனக்கப் பார்த்தான்.

இந்தத் தன்மானம்தானே எனக்குப் பிடிக்குது சுந்தரி... நீ எடுத்தெறிந்து பேசுறப்ப மனசு நோகுதும்மா... அவன் பரிதவித்து நிற்க தர்மர் அவன் கையை இதமாகப் பற்றினார்.

''அவா நொந்து கிடக்கியா எதையும் மனசில வைக்காதீங்க...''

''நொந்துகிடந்தாலும் உண்மையைதான் சொல்றேன். ஏழைங்களுட்ட காட்டுற அனுதாபம் எதோ கூசுறது போலவேயிருக்கும். அழுறவங்க கூட உக்காந்து அழுறதை விட நாலு நல்ல வார்த்தை சொல்லி அறிவுபூர்வமா ஆறுதல் சொல்றது இன்னும் நல்லாயிருக்கும் இல்லியா அப்பா... எங்காலு சீக்கிரம் குறையும். நான் எழும்பி நடப்பேன் எனக்கு நம்பிக்கையிருக்கு.''

''ஏழை ஏழையின்னு உன்னை ஏன் ஒதுக்கி வைக்கிற?''

''நாங்க ஏழைதான் சார். உங்களுக்கும் எங்களுக்கும் சேரவே சேராது. எண்ணெயும் வெள்ளமும் எங்கேயாவது சேருமா? ஒரு நேரத்து உணவை தரையில உக்காந்து உங்களால கூழா குடிக்க முடியுமா? செருப்பு போடாம காட்டுலேயும் மேட்டுலேயும் நடக்க ஓக்குமா? ஓலைப்பாயில காலை சுருட்டியிட்டு கிடக்க முடியுமா? ஏசி இல்லாம வாழ முடியுமா... நாலு பேருட்டயிருந்து சுடு சொல் கேட்டு கூனிக் குறுக முடியுமா? சமூகத்துக்க கடைசியில ஒதுங்கிப் போய் நிக்க முடியுமா? அதெல்லாம் முடிகிறது ஏழைகளால மட்டும்தான். ஒரு நாள் கூட நாங்க வாழ்ற கடைசி நிலைக்கு உங்களால வர முடியாது.''

''சுந்தரி பாக்க வந்த தம்பியிட்ட என்ன சொல்ற நீ...''

''அவா சொல்லட்டும்... அவா பேசுறது எனக்கு பிடிச்சிருக்கு...''

அவன் எந்த ஆவேசமும் காட்டாமல் இறங்கி இறங்கிப் பேச அவள் மனதிற்குள் அவன் குத்தி நுழைய முயன்றான். அவளுக்குள் அச்சம் பரவியது. இவனிடம் என் மனசு ஓடிப் போயிருமோ...

''திவா சாரே... உங்களைப்போல உள்ள பணக்காரங்களால பட்ட வேதனையெல்லாம் வலியா திரண்டு என் மனசுக்குள்ள கிடக்கு. இன்னுமொரு வேதனையை தாங்க எனக்கு சக்தியில்ல. தயவுசெய்து போயிடுங்க சார்...'' கைகூப்பி அழுதவளின் கைகளைப் பிடித்துக்கொண்டான் திவா.

''உன்னைப் பிடிச்சிருக்கிற இந்தக் கையை நீ எப்பவும் நம்பலாம். உன்னை அது கைவிடாது...'' அவன் கையை பீதியோடு பார்த்தாள். அவனில் சுரந்த கண்ணீரைத் தட்டிவிட்டு நடக்க இந்தக் கண்ணீருக்கான அர்த்தம் என்னவோ என தந்தையைப் பார்த்தாள்.

அந்த இரவு நேரத்தில் முன் முற்றத்தில் அமர்ந்து வானத்து நட்சத்திரங்களைப் பார்த்துக்கொண்டிருந்த திவாவின் மனதில் சுந்தரியே வந்து நின்றாள். எவ்வளவு வலியோடு பேசினாள். என் வீட்டில் சேர்த்து என்னோடு அவளை வாழ வைக்கவேண்டும். கதை தேடி வந்த எனக்கு அவளே கதை நாயகி. இவளே கரு. கையிலிருந்த காகிதத்தில் எழுதத் துவங்கினான்.

எவ்வளவு துன்புற்றாலும் வாழ்க்கை வருமென நம்பியிருக்கிறாள். காத்திருக்கிறாள் கறுப்பி... காத்திருக்கிறாள் சுந்தரி... காத்திருக்கிறாள் கறுப்பாயி... அழுத்தமாக எழுதத் துவங்கினான்.

எழுதிவிட்டு வீட்டிற்குள் வந்தபோது ரவி குடித்து தரையில் அலங்கோலமாகக் கிடப்பதைக் கண்டு சுந்தரியின் வார்த்தைகளே நினைவில் வந்தது. ஒரு மணி நேரம் தரையில் பணக்காரர்களால் படுக்க முடியுமா?

உணர்வற்றவர்களால் குப்பை மேட்டிலும் படுக்க முடியும். கட்டிலில் படுத்தாலும் தரைக்குள் மனதை போட முடியும். அது அவளுக்கு ஏனோ தெரியவில்லை.

6

திவாவின் உதவியோடு சுந்தரிக்கு மருத்துவம் பார்த்து குணமாகி வீட்டிற்கு வந்த பிறகு சுந்தரியால் பழையது போல் ஓடியாடி செயல்பட முடியவில்லை. சுதாவைக் குளிப்பாட்டி அவளுக்கு ஆடை மாற்றியும் நாட்கள் ஆகிவிட அவளிடமிருந்து நாற்றமெடுத்தது.

தர்மர் தன் மகள்களின் நிலையை நினைத்தவாறே அடுப்பில் கொதித்த தண்ணீரில் அரிசியைக் கழுவி போட்டுக் கொண்டிருந்தார். மனதிற்குள் செல்லப்பனின் நடவடிக்கைகள் பெரும் கலவரத்தை ஏற்படுத்திக் கொண்டிருந்தன.

அந்தக் காலத்திலிருந்தே அந்த வீட்டுல வேலை செய்து ஒரு அடிமைபோல வான்னா வந்து, போன்னா போயிட்டுருக்கிய என்னை எவ்வளவோ நிசாரமா சொல்லியிட்டாரு... எனக்க மொவளுக்க இடத்துல வேற ஒரு பணக்காரப் பொண்ணா இருந்திருந்தா தரக்குறைவா பேசியிருப்பாரா? வலியோன்களின் பாசமெல்லாம் வெறும் சுயநலம் மிக்கது. அவங்க தேவைக்காக மட்டுமே பயன்படுத்துவாங்க. இன்னும் அந்த ஆளை எனக்கு ஒதற முடியாது.

நடுநடுவென்றிருந்த காலை கீழே ஊன்றி வைக்க முயற்சி யெடுத்தாள் சுந்தரி. மெதுவாக ஊன்றி நடக்கும் போது மனதில் நம்பிக்கை வந்தது. தனக்கு மருத்துவச் செலவு செய்து குணப்படுத்த உதவிய திவாகரிடம் ஒட்டிக்கிடந்த அன்பை உதற முடியாமல் தவித்தாள். ஏகப்பட்ட பாசம் அவனுட்ட பொத்துட்டு வரவே செய்து... ஆனா மறுபக்கம் அப்பிடியொரு பயமாயிருக்கு... எப்ப வேணுமுன்னாலும் போகக் கூடியவனில்லியா அவன்.

அவள் சிந்தனைக்கு இடையூறாக செல்லப்பன் வந்தார். அவரின் வருகை அவளுக்கு ஒரு வித வேதனையையே கொடுத்தது.

ஆபத்துக்கு உதவினதை தப்பாப் பாத்து அதுல கூட அந்தஸ்தை நிறுவின மனுசன். இவரோட மகன் குடிச்சிட்டுக் கிடந்ததை எத்தனை தடவை கழுவி விட்டுருக்கேன். எல்லாருக்க அழுக்குத்துணியை அலவி கொடுத்திருப்பேன். எச்சி பாத்திரங் களை கழுவி விட்டுருப்பேன். இப்படியெல்லாம் செய்த எனக்கு ஆபத்து வந்து கிடக்கம்ப அவன் தூக்கியிட்டானாம்... இவருக்கு எல்லாமே போயிட்டாம்... செத்துக்கிடந்தா கூட அந்தஸ்த்து பாக்கிற கேடுகெட்ட ஒலகத்துல மனுசனா பிறந்து தொலச்சிட்டேனே...

''என்னா குறவுண்டா?'' இவள் தலையசைத்து பதில் சொல்ல, தர்மர் ஓடி வந்து வரவேற்றுக்கொண்டார்.

''வாரும் கண்டுறாக்கே... அவளுக்கு குறவுண்டு. இருக்கணம்...'' பழைய இரும்பு செயர் கிடந்ததை எடுத்துப் போட்டார்.

''இருக்க வரேல... திவாரு எல்லாம் பாத்துக்கிட்டானாம்...''

''ஆ..மா..ங்க...'' தலையைத் தாழ்த்தி பதில் சொன்னார் தர்மர்.

''எல்லாம் எப்ப திருப்பி கொடுப்ப? எனக்கே எவ்வளவு சக்கறம் தரணமுன்னு ஞாபகமிருக்கா?''

''எல்லாம் இருக்குங்க... குட்டி மூத்து வருதில்லியா? கெட்டி கொடுக்காண்டாமா?''

''எல்லாம் பாக்கணம்... ஆனா ஒண்ணொண்ணா அபகடம் வந்து போவுது...''

''அபகடம் எல்லாருக்கும் வாறதுதான். மொவுளுக்கு அவுச்சி வச்ச முடியுமா? இல்ல வேற ஆளு பாக்கட்டா?'' செல்லப்பன் கேட்க, இருவரும் நிமிர்ந்தார்கள்.

மாதம் கிடைக்கும் ஆயிரம் ரூபா, சாப்பாடு, துணிமணிகள்... அவ்வப்போது வாங்கும் கடன் ரூபாய்கள்... இன்னும் ஏதாவது தேவைகள் வந்தால் இவரை விட்டு வேறு வழியில்லை. கண்டுறாக்க வீட்டுல நல்ல காரியம் உள்ள குடும்பமுன்னு உள்ள செல்வாக்கு எதையும் அவ்வளவு எளிதாக இழந்துவிட முடியாது.

''மோளே...''

''நான் வல்லாம் காலு ஒறச்சிட்டு...''

''கட்டாயமில்ல... வந்தா உங்களுக்கு கொள்ளாம்...''

''வல்லாம் கண்டுறாக்கே'' தர்மர் கூற, செல்லப்பன் போனார். அவர் போனதை உறுதி செய்த பின் மகளிடம் வந்தார்.

''ஒன்னக்கொண்டு போக்கு முடியுமா?''

''அந்தா இருக்கிய வீடுதானே போவுலாம். நிக்கதான் கொன்சம் கஷ்டம். அதுவும் போக பழகியிரும். வேற நமக்கு வழியில்ல இல்லியா... சுதாளை நான் அதுல கூட்டியிட்டு போலாம். அப்பா பாறைமடைக்கி போவும்.''

''ஏன் மக்களே நம்ம சீவிதம் இப்படி ஆகிப்போகுது... இன்னும் எத்தனை நாளைக்கி இப்படியெல்லாம் வாழ முடியும்?''

எந்த பதிலும் சொல்ல முடியாதவளாய் தந்தையை இயலாமையில் பார்த்தாள்.

மாதம் ஒன்று உருண்டு போன நிலையில் சுந்தரியின் கால்கள் நிற்க வலுப்பெற்று வந்தன. செல்லப்பனின் வீட்டு அடுக்களை வேலைகளில் கை பழகிப்போனது.

''கருமி...'' அழைத்துக்கொண்டே வந்தான் ரவி. அவனுடன் நண்பன் பிரேமும் வந்தான். இருவரின் கண்களும் சிவத்தேறியிருந்தன. பிரேமின் பார்வை அலைந்து அலைந்து சுதா மீது நிலைகொண்டு நின்றது. அடுக்களையில் பாத்திரங்கள் அடுக்கி வைத்திருக்கும் இடத்தினருகே அமைக்கப்பட்டிருந்த திட்டில் சுதாவை அமர்த்தியிருந்தாள் சுந்தரி. அவளது உடல் மீது

அலைந்த கண்களைத் திருப்ப முடியாமல் ரவியிடம் கண்ணால் சாடை காட்டினான் பிரேம்.

''ஆத்தங்கரை மீனாவை விட நல்லாயிருக்கிய இல்லியா?''

''மெதுவா சொல்லு...''

ரவி தன் நண்பர்களுடன் இணைந்து குடிப்பதோடு மட்டு மல்லாமல் பெண்களுடனும் தொடர்பு வைத்திருந்தான்.

''ஒரு வாய்ப்பு ஏற்படுத்தி தால...''

''சே என்ன பேசுற நீ... வீட்டுக்குள்ள அது ஆகாது... அப்பா அறிந்தா கொன்னு போடுவாரு. இது வேண்டாத விபரீதம்...'' ரவி கிசுகிசுத்தான்.

''ஒனக்கு மட்டும் நான் நீ விருப்பப் படுறதை ஏற்படுத்தி தரணம் இல்லா...''

''டேய் கரும் டிபன் கொண்டு வாற... எல்லாரும் இப்ப சாப்பிட வருவாங்க. பேச்சை நிறுத்து.'' பிரேம் வாயை மூடிக்கொண்டான்.

காலையில் சமைத்த இட்லியையும் சாம்பாரையும் சாப்பாட்டு மேசையில் கொண்டு வைத்தாள் சுந்தரி.

''கரும்... எனக்கும் இரண்டு இட்லி எடுத்து வை...'' கையைக் கழுவிக்கொண்டே ராணி சொல்ல, அங்கு சாப்பிட வந்த திவாவுக்கு ஆத்திரமாக வந்தது.

''அவளுக்குன்னு ஒரு பெயர் இருக்கில்லியா மாமி... அதை சொல்லி கூப்பிட்டா என்ன? சும்மா இப்பிடி கூப்பிடுறது நல்லாவேயில்ல. மனுசனுக்க அழகுன்னு சொல்றது நீர்க்குமிழி போல உடஞ்சி போறது. அது நிலையற்றது... ஒரு விபத்தில மாட்டியிட்டாகூட அழகு போயிரும். ''

''கருமியை எதாவது சொன்னா மச்சானுக்கு எங்கிருந்துதான் கோபம் வருமோ என்னதோ... டேய் இவளை ஊரே இப்பிடிதான் சொல்லுது... இதுல நீ வேற...'' அவன் சலித்துக்கொள்ள ராணி அவனைக் கிண்டல் செய்தாள்.

''போயும் போயும் கருமியை கல்யாணமும் செய்துருவியோ...'' அவள் அந்தக் கேள்வியை எடுத்து விடவும் அந்த இடம் அமைதியானது. சுந்தரி பரிமாறுவதுபோல் அவனிடமிருந்து

வரும் பதிலுக்கு துடிக்கும் இதயத்துடன் காத்து நின்றாள். எல்லோரும் அவன் முகத்தைப் பார்த்தார்கள்.

''நானும் அதைதான் யோசிக்கிறேன்... அம்மாட்ட பேச இருக்கேன்.'' அவன் பதில் சுந்தரிக்கு நம்பமுடியாமல் போனது. ராணியின் முகம் மாறியது. ரவியும் பிரேமும் விழுந்து விழுந்து சிரித்தார்கள்.

''அப்பிடியெல்லாம் ஒரு காலமும் நடக்காது... நடக்கவும் விட மாட்டோம். நான் இதைப் பத்தி அண்ணியிட்ட பேசுறேன்...''

''அம்ம நான் சொல்றதைதான் கேட்பாங்க...''

''அதையும் பாப்போம். குட்டே கருமி அவன் சொல்றதை நீ மனசுல வைக்காத. ஒன் முகத்தை கண்ணாடியில பாத்துருக்கதானே... நீயெல்லாம் நினைக்கக்கூடிய ஆளில்லை திவா... புரிஞ்சுதா?''

''ஆளாளுக்கு ஏன் என்னைப் போட்டு விளையாடிட்டு இருக்கிறீங்க... நீங்க சொல்ற கறுப்புக்குள்ள ஒரு மனசு கிடக்கு... அது கறுப்பேறாம கிடக்கு. அது போதும் எனக்கு. ஏன் திவா சார் என்னை வச்சி எதுக்கு விளையாடறீங்க?'' குரல் உடைய கேட்டவள் அடுக்களைக்குள் ஓடினாள். மலங்க மலங்க முழித்த தன் சுதாவைக் கட்டிக்கொண்டு அழுதாள்.

''நம்ம எல்லாம் ஏண்டி இந்த உலகத்துல பிறந்தோம்... வேண்டாம் தகுதியில்லையின்னு தள்ளிவிடுற நிராகரிப்பு எவ்வளவு பெரிய வேதனையா இருக்கு. நாளெல்லாம் அதை அனுபவிச்சி நெஞ்செல்லாம் புண்ணாவே கிடக்கே...''

அவளின் பின்னே வந்த திவா, ''சுந்தரி...'' என அழைக்க, அவள் கண்ணீர் முகத்துடன் கோபமாகத் திரும்பினாள்.

''என்ன... என்னான்னு கேக்கறேன்... எதுக்கு இப்படி போட்டு விளையாட்டு காட்டுறீங்க... நீங்க என்ன பெரிய மகானுன்னு நினைக்கிறீங்களா? இலவசமா சீவிதம் தரப்போறீங்கன்னு நான் இளிச்சிட்டு வந்திருவேன்னு நினைச்சீங்களா... நான் பிறந்தது முதல் இது வரைக்கும் யாருமே என்னை உசத்தியா பேசினதுமில்ல, பார்த்ததுமில்ல. எதுனால நீங்க மட்டும் என்னை மதிப்பா பாக்கிறீங்க? என்னால ஏதாவது காரியம் ஆகணுமா? உங்களோட ஒட்டுதல் உறவு எல்லாமே எனக்குள்ள ஒரு பயத்தையே தருது...''

''வாழ்க்கையில எதுவுமே நல்லதா பாத்திராத பயத்துல என்னையும் பாக்றதுனால உனக்கு எனட்ட நம்பிக்கை வேரேல... எனக்கும் மனசிருக்கு சுந்தரி... அது நிறைய மனிதநேயம் கிடக்கு. உன்னை முழுசா அறிஞ்சிட்ட காரணத்துனால உன்னை மையப் படுத்தி நான் ஒரு கதையே எழுத துவங்கியிருக்கேன் தெரியுமா?''

''பாத்து எழுதுறதில்ல கதை. வாழ்ந்து பாத்து அதுல வாறதுதான் கதை... அதுலதான் உயிரு இருக்கு. மனிதநேயம் வார்த்தையில காட்டுறதில்ல... வாழ்க்கையிலண்டு அது வரணம்...'' எடுத்தெறிந்தாள் சுந்தரி.

''சுந்தரி என்னை புரிஞ்சுக்கோ...''

''யாரோட மனசையும் பாக்க எனக்கு ஆசையில்லீங்க... நீங்க படிச்சவங்க, அறிவும் அழகும் உள்ளவங்க... ஆசைப்படுற அத்தனையும் அடையிற சக்தி உங்களுக்கு உண்டு. ஆனா எங்களைப்போல உள்ளவங்க ஆசைப்படுறதையும் இழந்துதான் பழகணம். உங்க மனசு வேற... எங்க மனசு வேற...''

''உன்னோட மனசுக்க வலிமையைப் பாத்து உன்னை விரும்புற என் அன்பை நீ கேவலப்படுத்துறியா? யாரோ பின்னாலயிருந்து பணத்தாலேயும், அன்பாலேயும் தள்ளி விட்டதுனாலதான் நான் ஒரு வாத்தியானா வந்தேன். உனக்க பின்னால யாருமே வளமா தள்ளிவிட இல்லாம போனதுக்கப்புறமும் புத்தி பேதலிச்ச தங்கச்சிய கவனிக்கிற... அன்றாட வாழ்க்கையை உருட்ட பாடுபட்டு உழைக்கிற... தோலப்பாத்து புறந்தள்ளுறவங் களையும் பொறுத்துக்கிற... கல்வி கிடைக்காத வேதனையையும் தாங்கியிட்ட, என்ன தான் இடர் பட்டு போனாலும் வாழ்க்கை எனக்கும் வருமுன்னு போராடுற உன் மன வளமையும், உன் மினுப்பான கறுப்புத் தோலும் எனக்கு வேணும். என் மனசுல நீ எப்படியோ வந்துட்ட... ஒன்ன இனிமே என்னால மறக்க முடியாது. என்னை நீ நம்பு. இந்த வாரமே நான் அம்மாவை பார்க்கப் போறேன். அடுத்த வாரமே நான் ஒனட்ட நல்லதா ஒரு முடிவை சொல்லப்போறேன்...'' அவனை தீர்க்கமாகப் பார்த்தாள்.

''திவா சார், நான் வெறும் அப்பிராணிப் பொண்ணு. என் மனசு வெறும் பாவம்... இந்த கறுப்பு குட்டியிக்க ஒலகம் ரொம்ப சின்னது. இதுல அடங்கிக் கிடக்கிற மனச இழுத்துப் பிடிச்சி ஆசையைத் தந்திராதீங்க... அப்புறம் நான் ஒத்தெய்ல கிடந்து கரஞ்சி செத்துப் போயிருவேன். என் தகுதி தாண்டி வெளியே இழுத்துப் போட்டுட்டு போயிடாதீங்க.''

''நீ பயப்படுற மாதிரி உள்ளவன் நானில்ல...''

உண்மையா இது... ஒரு வாத்தியரா வரப்போறவன், அழகானவன், வசதியானவன் இந்தக் கருமியை கெட்டுவானுக்கும்? இதை நான் நம்பணுமா?

''நம்பு சுந்தரி...'' அவன் சொல்ல... அவள் பிரமிப்போடு நின்றாள்.

இந்த உலகில் அதிசயம் நடக்கும் என்பார்களே அது ஒரு வேளை இதுவாகத்தானிருக்குமோ... அப்படியா? என்னை காக்கா கருமி என்று அழைத்தவர்கள் முன்னிலையில் இவனுக்க பெண்டாட்டியா நான் இவங்கூட நடப்பேனா? நாளெல்லாம் வெந்து போய் வாழ்ற எனக்க அப்பாவும், தங்கச்சியும் எங்கூட சந்தோசமா வாழுவுனுமா? நம்பமுடியாத நடுக்கத்துடன் அவனைப் பார்த்தாள். அவனோ அவளை பாசமாகப் பார்த்து நின்றான்.

அந்த நேரம் பார்த்து வெளியே சத்தம் கேட்டது.

''ரவிப் பயலும் அவனுக்க கூட்டுக்காரங்களும் இங்கதானா இருக்குனம்...''

ஆத்தங்கரை மீனாவின் கணவனின் சத்தம் கேட்க ராணி வெளியே சென்றாள். அந்த நேரம் அதில் வந்த செல்லப்பன் மீனாவின் கணவனை முறைத்தார்.

''என்னை முறைக்கிறதுக்கு இல்ல இதுல நான் வந்தது... இந்த ரவிப் பய என் பொண்டாட்டியை தேடி வாறதா நான் கேள்விப் பட்டேன். இனி அவனை அதுல பாத்தா வெட்டித் தள்ளியிருவேன்... அதான் சொல்லியிட்டு போறதுக்கு வந்தேன். மரியாதையா விலக்கி வைங்கா தள்ளையும் தவப்பனும்...'' சொல்லிக்கொண்டு அவன் கோபமாகப் போனான். செல்லப்பன் அதே கோபத்தோடு மகனிடம் விரைந்தார்.

''இதுக்க மேல நீ எதுக்குல உயிரோட இருக்கிற...'' தாறுமாறாக அவனை அடிக்கத் துவங்க, செல்லப்பனின் கையை அவன் பிடித்தான். ராணி அதிர்ச்சியாகி நின்றாள். திவா ஓடி வந்து மாமனாரைத் தடுத்தான்.

''என்னை எதுக்கு அடிக்கிறீங்க...''

''பணத்துக்காக தன்னை விற்கிறவளுட்ட நீ எதுக்கு போன?'' ராணி கோபமாகக் கேட்டாள்.

''பணம் கொடுத்தாலும் எனக்கு அவளுட்ட பாசம் கிடைச்சி... இந்த நீயோ அப்பனோ தராத பலதும் அவா எனக்கு தருவா... சாப்பிட்டியான்னு கேப்பா... அதெல்லாம் நீ எனக்கு தந்தியா அம்மா? உனக்கு கிளப் மீட்டிங்குன்னா... உன் ஹஸ்பெண்ட்டுக்கு பாறை. எனக்கும் கிறுக்கு பிடிச்சியே போச்சி. என்னை நீங்க ரெண்டு பேருமே கொன்னுட்டீங்க. நான் செய்றது தப்பா சில நேரங்களுல தோணுது... ஆனாலும் என்னை மாத்திக்க முடியேல...'' பதிலற்று நின்றாள் ராணி.

''கேட்கிறானில்லியா பதில் சொல்லு... அம்மா கொடுக்காத பாசத்தை தப்பாப் போய் தேடியிட்டு வந்து நிற்கிறான்.''

''ஏன் நீங்களும் அவனுக்கு அப்பன்தானே...''

''ஆளாளுக்கு சண்ட போடற நேரமில்ல இது. ரவி நீ பண்றது தப்புப்பா... ஒரு மனுசனுக்க இளமையில சீரழிஞ்சா அவனோட மொத்த சீவிதமும் போயிரும். நீயா ஒன்னை மாத்திக்கணம். கானல் நீரை தூரமா பாக்கதான் முடியும். அதுல ஒரு துளி கையில எடுக்க முடியாது... பக்கத்தில பாக்கவும் முடியாது. நீ இப்ப பண்றது கானல் நீரை தேடுறது மாதிரி...''

''திவா இந்த வீட்டைப் பத்தி ஒனக்கு தெரியாது. பாசத்துக்கு வேண்டி நான் பட்டிக்குட்டி மாதிரி அலஞ்சவன்... தனிமையும் வெறுமையும் கொல்லுறப்ப நானும் ஒரு மனுசன்தானே...''

''அதுக்காக நீ பண்றது சரியில்லதானே... அன்பு கிடைக்கலன்னு ஆகுறப்ப அதை கொடுத்துப் பாரு... அப்ப அந்த வெறுமை தெரியாது.''

''ஒன்ன மாதிரி என்னால வாழ முடியாது. பிரேம் நீ வா.'' நண்பனையும் அழைத்துக்கொண்டு அவன் வெளியேற அனைவரும் அதிர்ச்சியில் நின்றனர்.

''ரவி அங்கெல்லாம் போவாதடா... '' ராணி கதற...

''நல்லாவே அழு... இனி அது ஒண்ணைதான் செய்ய முடியும்'' செல்லப்பன் சொல்லிக்கொண்டு போனார். ராணி செய்வதறியாது நின்றாள். சுந்தரியின் மனதில் முதன்முதலாக வயசுக்கு வந்திருக்கும் தங்கையுடன் அந்த வீட்டில் வேலைக்கு வருவதை அச்சமாக நினைத்தாள். அம்மா இல்லாத நிலையிலும் தன்னை நேர்மையோடு வளர்த்த தந்தையை பெருமையோடு நினைத்தாள்.

7

செல்லப்பனின் வீட்டு வேலைகளை முடித்துவிட்டு பழையது போல் பாறைமடைக்கு தர்மருக்கு சோறும் தண்ணீரும் கொண்டு வந்தாள் சுந்தரி. அமர்ந்து சல்லியடிக்க இயலாத காரணத்தால் சுதாவை வீட்டில் வைத்து கதவைச் சாத்திவிட்டு வருவாள். தர்மருக்கு சாப்பாட்டைக் கொடுத்துவிட்டு உடனே கிளம்பியும் விடுவாள்.

சுந்தரியின் மனதிற்குள் திவாவின் வார்த்தைகள் வந்து குடைந்து கொண்டு கிடந்தது. முழுமையாகத் தள்ளவும் முடியாமல் நம்பி ஏற்றுக்கொள்ளவும் முடியாமல் தவித்தது அவள் மனம். காலம்தான் இதற்கெல்லாம் பதில் சொல்லவேண்டுமென்று நடந்தவளை பாறையில் தமர் இறக்கிக் கொண்டிருந்த தர்மர் வேதனையோடு பார்த்தார்.

எனக்க மக்கா ரெண்டும் பாவம்... எண்ணு இதுவா ரெண்டும் கரையேறும்... ஏக்கமாகப் பார்த்துக் கொண்டிருக்கவே வெயிலின் தாக்கம் கண்ணை மசங்கச் செய்தது. சல்லியடிச்ச நின்னா போதும், வயசான காலத்துல பாறையில ஏற வேண்டாமென செல்லப்பனும் சொல்வதுண்டு. சல்லியடித்து

என்னதான் காசு வாங்க முடியுமென தமரடிக்க பாறையில் ஏறும் தர்மருக்கு தலை சுற்றி வர உயர்ந்த பாறையில் சரிந்தார். உடனிருந்து கம்பிக்கு தண்ணீர் ஊற்றிக்கொடுத்த அருள் ஆவேறிப் பிடித்துக்கொள்ள சரிந்துபோனவர் உருண்டு அதற்கடுத்த கீழ் பாறையில் விழுந்தார். கண் உயர்த்தி மேலே பார்த்த சுந்தரி. ''அப்போ ஒ...'' என அழைத்துக்கொண்டு ஓடினாள்.

அதற்குள் அங்கு நின்றவர்கள் கூடிவிட்டார்கள். அவரது முகத்தில் வெள்ளம் தெளித்துக்கொடுத்தார்கள்.

''அப்போ எனக்க அப்போ ஓமக்கு என்ன ஆச்சி..?'' துடித்தாள்.

''வயசான பிறகு பாறையில ஏறாண்டாமுன்னு சொன்னா கேக்கியாரா? செல்லப்பன் அறிஞ்சா ஆ ஊன்னு சத்தம் போடுவான்...'' கூட்டத்தில் ஒரு குரல் குறையெழுப்ப...

''வயசாச்சியின்னு சொன்னா வயிறு கேக்குமா என்ன? அவருக்கும் ரெண்டு பெட்ட மக்கா இருக்கில்லியா? வேற என்ன வருமானம் இருக்கு, வீட்ல இருந்து தின்னக்கு... பாடுபட்டு உழைச்சியதுக்கு ஏற்று ஏதாவது வாங்கித் தின்னு தேகத்தையாவது பாக்க முடியுமா நம்மளைப்போல உள்ளவியளுக்கு... அண்ணத்த காலத்திலண்டே பாறையில கிடந்து காஞ்சிப்போனவருக்கு தேகத்துல என்ன சத்துகாணும்?'' வேறு ஒரு குரல் ஏதுவாக பேசிக்கொடுத்தது.

''கீழ செட்டுல கஞ்சிவெள்ளம் காணும். அதை எடுத்துக் கொடுத்தா பசி மயக்கம் போவும். ஓய் தர்மரு...'' அருள் அழைத்துக்கொண்டே தண்ணீரை ஓங்கி அடிக்க தர்மர் லேசாக கண்களைத் திறந்தார். அருகே மகள் அழுவதைக் கண்டு எழும்ப முயன்றார்.

''அப்பாயிக்கி தல சுத்து மோ..ளே... வேற ஒண்ணுமி..ல்..ல... கரையாத...''

''ஓய் இன்னு நல்ல காலம் பாறையிலண்டு விழுந்து சிதஞ்சி போயிருப்பீரு... ஒரு சின்ன கிறலே விழுந்தாலே பத்து பைசா தராத கண்டுறாக்கும் நம்ம கண்டுறாக்கு...'' அருள் சொன்னார்.

''இப்ப இருக்கிய நிலையில செத்தா வெட்டி பூத்தவும் கையில சக்கரமில்ல... என் மக்கா பாவம்...''

''அந்த பாவம் தெரியுது இல்லியா? இனி பாறையில ஏறாதேயும்... கீழயிருந்து சல்லி தல்லும்...'' அருள் சொன்னார்.

''சுந்தரியே கொப்பன வீட்டுல கொண்டு போ...'' சுந்தரி கண்ணீர் முகத்தோடு அவரைப் பிடித்துக் கொண்டாள்.

''அப்பாயிக்கி குறஞ்சி மோளே... வெயிலுக்க வெக்க தாங்கேல... அதான் தலைசுற்றியிட்டு வந்து...'' எனினும் அவரை கைத்தாங்கலாக கீழே கொண்டுவந்தபோது திவா எங்கேயோ யாத்திரைக்குத் திரும்பிச் சென்றதுபோல் பேக் பக்கறைகளுடன் திரும்பி நின்றான்.

தர்மரை கைத்தாங்கலாகக் கொண்டுவருவதைக் கண்டு அவன் விரைந்து சென்றான்.

''சுந்த..ரி... அப்பாவுக்கு என்ன?''

''தலச்சுத்து...''

''என்னதோ பிள்ளா... கொஞ்சம் நாளாகவே தலச்சுத்து கூடியிட்டே போவுது...''

''நமக்க சீவிதத்த போட்டு ஆண்டவரும் இப்பிடி உருட்டியாரே அப்பா... நமக்கு செத்துப் போவமா? நாம வாழாட்டா இங்க யாருமே அழ மாட்டாங்க...''

எந்தச் சூழலிலும் வாழ்வு உண்டென பேசும் மகள் சாவைப்பற்றிக் கூற அதிர்ந்தார் தர்மர். திவா அவளை அதட்டினான்.

''சுந்தரி வாழ்வைப்பத்தி பேசு...''

''வாழ்வு மடுக்குது சார்... ஒரு அடி எழும்பம்ப ஒம்பதடி சறுக்கிப் போற வாழ்க்கையில வாழ முடியேல...''

''போராடுனாதானே வாழ்க்கை...''

''நீங்க என்ன சார் போராடினீங்க... சொத்துக்கும், துணிக்கும், பாசத்துக்கும், அங்கீகாரத்திற்கும் போராடியிருக்கீங்களா? நான் அப்பத்திலிருந்தே போராடியிட்டுருக்கேன்... இப்ப வரைக்கும் அது கிடைக்கல. இப்ப போராட தோணேல ஒங்க ஒலகத்துல. கண்ண மூடியிட்டு எதுவுமே அறியாம முழிப்பில்லாம உறங்கியே கிடக்க தோணுது...''

''மக்கா நீ இந்த தம்பியிட்டே ஒன் ஆத்திரத்தைக் காட்டுற? எல்லாருடைய கஷ்டத்தையும் புரியிற ஒரு நல்ல தம்பியை வார்த்தையால சுட்டு சுட்டு தள்ளுற? இவனுக்க அம்மா அப்பா எல்லாம் ரொம்ப நல்லவங்கம்மா. அவங்களுக்கு பிறந்தவனும் ரொம்ப நல்லவன். அவனைப் புரியாம பேசாத. நம்ம கஷ்டப்படுறது நம்ம விதி...''

''அவா என்ன வேணுமுன்னாலும் பேசட்டும். எனக்கு அதில வருத்தமில்ல. தர்மர் அங்கிள் நான் ஊருக்கு கிளம்பியிட்டேன். அம்மா ஊரிலிருந்து கூப்பிட்டுருக்காங்க. என்னான்னு தெரியேல... எனக்கும் அம்மாட்ட முக்கியமா ஒரு தகவல் சொல்லணம்... அடுத்த வாரத்துல நான் திருப்பி வருவேன். வந்து நான் பேசுனதுக்கப்புறம் சுந்தரிக்கு என்னைப் பத்தி தெரியும். இந்த கையும் மனசும் யாரையும் ஏமாத்தாது சுந்தரி...'' அவன் சொன்ன விதம் அவளுக்கு மட்டும் புரிய அவள் மனம் அவன் மீது பாசத்தால் உருகியது.

அவனோ போய்க்கொண்டிருந்தான்.

வீட்டிற்கு வந்த சுந்தரி கதவு திறக்கப்பட்டிருப்பதைக் கண்டு அதிர்ந்தாள். சுதாவைத் தனியாக விட்டுவிட்டு வந்தோமே என அவள் மனம் படக்கடித்துக்கொண்டே வீட்டிற்குள் ஓடினாள்.

''சுதா... சுதா...'' உயிர் துடிக்க அழைத்தாள். சமைக்கும் இடத்திற்குச் சென்றாள். அங்கே கண்ட காட்சி அவளை அப்படியே உறைய வைத்தது. வீட்டின் பின் முற்றத்தில் ரவி காவலாளிபோல் நின்றுகொண்டிருக்க, பிரேம் சுதாவை அனுபவித்துக்கொண்டிருந்தான்.

''அய்யோ...'' என அவள் உயிர் உணர்வுகள் ஆடிப்போயின... சுந்தரியைக் கண்ட ரவி ஓட முயன்றான். சுந்தரியோ அவனை விரட்டிப் பிடித்தாள். அரவம் கேட்ட பிரேம் ஓட முயல, சுந்தரி கத்தினாள்.

''ஒழுங்கா வாய் கூட பேசத் தெரியாத பச்சமண்ணு போல உள்ள பிள்ளைய இந்த துரோகம் செய்ய கூட்டிக்கொடுத்தியே... ஒரு நாளு ஒனக்கு அவுச்சிப் போட்ட நன்றியை காட்டுனியா நீ...''

''என்னை விடு...'' ரவி திமிறிக்கொடுக்க, பிரேம் அவளின் கையைத் தட்டிவிட்டு ரவியை இழுத்துப் போக முயன்றான்.

''இதொண்ணும் ஒலகத்துல புதுசில்ல... தொங்கச்சியிட்ட இதோட ரெண்டு நாள் வந்திருக்கேன். இதை மறச்சிட்டா ஒங்களுக்குதான் நல்லது. இல்லன்னா வெளியில சொல்லு... கறுத்துப் போன ஒனக்கும் ஒரு மாப்பிளை வரமாட்டான். கேட்கிறதுக்கு நாதியத்துப் போன நீயெல்லாம் நாக்கை அடக்கியிட்டு இருந்தா நல்லது.'' பிரேம் இளக்காரமாகப் பேச சுந்தரி துடித்துப் போனாள்.

ஒரு பாவப்பட்ட பெண்ணுக்கு இவ்வளவு பெரிய அநீதியை இழைத்துட்டு இப்படி நிசாரமா சொல்றானே பொண்ணுன்னா இவ்வளவுக்கு எளக்காரமா? ஒலகத்துல இது புதுசில்லன்னு சொல்றானே... ஏழைப்பெண்ணுன்னா இலவசமா? ஏழையாப் பிறந்துட்டா எங்களோட மனிதமாண்பு முக்கியமில்லியா? இவனைப் போல உள்ளவங்களை தண்டிப்பது யாரு? சுந்தரியின் கால்கள் தரையோடு ஒட்டிக்கொள்ளாமல் கிடுகிடுவென ஆடின. ரவியை கண்ணீரோடு பார்த்தாள். அதற்குள் பிரேம் வழுவத்துவங்கினான்.

''பிரேம் என்னை தனியா விட்டுட்டு போகாத...''

''நீ வேணுமுன்னா கருமியை முடிச்சிட்டு வா'' சிரித்தபடியே அவன் சொல்லிக்கொண்டு போனான்.

''ரவி எனக்கு இதுல நியாயம் வேணும்...''

''முதல்ல என் கையை விடு... நான் ஒனட்ட பேசுறேன்...'' சுந்தரி அவனை விடுவித்தாள்.

''அவனுட்ட நான் எவ்வளவோ சொல்லியும் கேட்கல... வேற வழியில்லாம அவனுக்கு ஒத்துழைச்சது என் தப்புதான்... எனக்கு அவன் பல உதவிகள் செய்றதுனால என்னால மறுக்க முடியேல... நடந்துபோன தப்புக்கு நீ என்ன நியாயம் கேட்டாலும் அவன் செய்ய மாட்டான். நான் அதுக்கு என்ன பிராயசித்தம் பண்ணவும் ரெடியா இருக்கேன். நீ என் அப்பாயிட்ட இதைப்பத்தி எதுவும் சொல்லாம இருந்துரு...''

''பணக்கார வீட்டு குடிகாரங்களுக்கு ஏழைவீட்டுப் பெண்கள் இலவசப் பொருட்களா? என் நெஞ்சு பொறுக்கவேயில்ல...''

''நீ இப்ப என்ன நஷ்டாஈடு கேட்கிற... அப்பா வாறதுக்கு முந்தி போகணம் எனக்கு... ஐம்பதாயிரம் போதுமா?'' பெண்

உடம்பிற்கு பணத்தை நஷ்டஈடு பேசுபவனை அதிர்ச்சியுடன் பார்த்தாள்.

''சீக்கிரம் சொல்லு... வெறும் தப்பளைக்கு ஐம்பதாயிரம் போதாதா?''

''ரவி...''

''என்னா நீ அதிகமா டிமாண்ட் போடுற... அவன் சொன்னது போல இது ஓலகத்துல நடக்கிறதுதான். இதுக்கெல்லாம் சட்டம் நீதி அது இதுன்னு பேசிட்டு நின்னா அவமானமே மிஞ்சும்.'' அவன் குரலில் கடுமையேறி தெரிய, சுந்தரி அவனை முறைத்தாள்.

''என்ன சீறியிட்டு பாக்ற... போதாதா... அப்பிடியின்னா ஒரு பத்து கூட தல்லாம்...''

''சீ, வாயை மூடு. பணத்தைக் காட்டுனவுடன மயங்கிப் போயிருவேன்னு நினச்சியா? நான் கேட்கிற நியாயம் இது இல்ல... அவன் சுதாளை கல்யாணம் பண்ணணும்...'' அந்த நேரம் பார்த்து மீண்டும் பிரேம் ரவியைத் தேடி வந்தான்.

''லே... அவளுட்ட அப்பிடி என்ன பேசிட்டு நிக்ற?'' பிரேம் கேட்க...

''நீ செய்த தப்புக்கு நான் மாட்டியிட்டு நிக்றேன். இவளுட்ட வேண்டாமுன்னு சொல்லி நீ கேட்டியா? இப்ப நியாயம் கேட்கிறவா என்ன கேட்கிறான்னு தெரியுமா? நீ அந்த தப்பளைய கல்யாணம் பண்ணணுமாம்...'' இதைக் கேட்ட பிரேம் சத்தமாகச் சிரித்தான்.

''தொட்டவளையெல்லாம் கெட்டியிட்டு போனா கல்யாணத்துக்க எண்ணிக்கை சொல்லி மாளாது...'' சொன்னவன் சுந்தரியை கோபமாகப் பார்த்தான்.

''என்ன நீ ஓவரா சட்டம் பேசிட்டு நிக்ற? தொங்கச்சி ஒரு காரிய தப்பளை... அவா விரும்பிதான் எல்லாம் நடந்தது. எதோ நான் கதற கதற தப்பு பண்ணுனது மாதிரி பேசுற. என் அந்தஸ்து பத்தி ஒனக்கு ஏதாவது தெரியுமா? இது நாலு இடத்துல நடக்கிற நாகரிக தப்பு...''

''இந்த நாகரிக தப்புல பெத்த அம்மாவை தெரியாம இருக்குமா?'' தீர்க்கமாகக் கேட்டாள் சுந்தரி.

''ஒனக்க தொங்கச்சியா என்னைப் பெத்தா... ஒரு மாதிரி இடக்கு மடக்கா பேசினா குரல்வளைய பிடிங்கிடுவேன்...'' பிரேம் எகிறினான். ரவி இரு தலைக்கொள்ளியாக தவித்தான்.

''சுந்தரி நீ கொஞ்சம் அமைதிபடு...'' ரவி அவளோடு இறங்கிப் பேச...

''நீ ஏண்டா அவளுட்ட இறங்கிப் போற?'' தவறு செய்து விட்டேன் என்ற குற்ற உணர்வே இல்லாம எகிறியவனை மனம்வலிக்க பார்த்தாள்.

''மனசாட்சியில்லாதவங்களுக்கு கொலையே செய்தாலும் அது தப்பு மாதிரியே தோணாது... ஒன்னைப் போல மனசும் உடம்பும் இரண்டா பாக்ற ஆண்களுக்கு பெண்ணோட வேதனை தெரியாது. என்னால இதை மன்னிக்க முடியாது. நான் போலீசுக்கு போவேன்.'' சுந்தரி தீர்க்கமாகக் கூற, ரவி ஆடிப்போனான். போலிஸ் கேஸ் விசாரணையென்று வந்தால் நானும் மாட்டிவிடுவேனே இந்தப் பிரச்சனையை எப்படி சமாளிப்பது?

''டேய் பிரேம்... நீ கொஞ்சம் நிதானமா பேசு...''

''நான் என்ன நிதானமா பேசுறது... விட்டா நீயே தப்பளைக்க கழுத்துல தாலி கெட்ட வச்சிருவ போலிருக்கே... ரவி இது நல்லதில்ல.''

''ஏண்டா இப்பிடி புரியாம பேசுற?''

''நான் என்ன புரியாம பேசுறேன். நீ தான் என்னை புரியாம நடந்துக்கிற... அவா போலிஸுக்கு போனா எனக்கு போலிஸுக்கு போகத் தெரியாதா? இந்த கேசை எனக்கு மாத்த தெரியும் ரவி... என்னை நைசா கை கழுவ பாத்தயில்ல... இவா கேசு கொடுத்து போலிஸ் என்னைத் தேடி வரம்ப நான் ஒன்னையும் சேத்து மாட்டி விடேலன்னா அப்ப பாரு. ஆயிரம் இடங்களுல ஒங்கூட நான் சப்போட் நின்னுருக்கேன். ஆனா இப்ப இந்த விசயத்துல என்னை இழுத்து விட பாக்ற இல்ல... பாரு இண்ணு முதல் நான் உனக்கு எதிரிதான்...'' கோபமாகக் கத்திவிட்டுச் சென்ற பிரேமை அதிர்ச்சியுடன் பார்த்து நின்றான் ரவி.

எல்லாத்துக்கும் இந்த காக்க கருமிதான் காரணம்... இவா கம்பிளையிண்ட் பண்ணுனா அதுல முக்கிய பிரச்சனை எனக்குதான். இவளை அதுக்கு விடக்கூடாது. எதாவது வகையில தடுக்கணம்... சிந்தித்துக்கொண்டவன் சுந்தரியை கோபமாக வெறித்தான்.

சுதாவின் அருகில் வந்தவள் வாய்பொத்தி அழுதாள். கிழித்தெறியப்பட்ட பூ மாலை போல் குலைந்து கிடந்தவளின் கண்களிலிருந்து கண்ணீர் வழிய...

''சுதாளே...'' என அணைத்துக்கொண்டாள்.

எங்க போய் என்னான்னு கேசு கொடுப்பேன். ஆளு சீரத்த நமக்கு என்ன போலீசு... என்ன கோர்ட்... நம்ம கதை வெளியானா அதுல பலருக்க பல்லிளிப்புதானே கிடைக்கும். நான் ஒரு இடமும் போவேல... போக்கு முடியேல... சாட்சியத்த குத்தங்களுக்கு என்ன தண்டனையை இந்த உலகம் கொடுத்திட முடியும்? சுதாவை அணைத்துக்கொண்டு அழுதாள்.

௮

இரவு நேரம் தூக்கத்தைத் தொலைத்துக் கொண்டிருந்தாள் சுந்தரி. மனதிற்குள் வாழ்வின் அச்சங்கள் அவள் கழுத்தைப் பிடித்து திருகிக்கொள்ள சுருண்டுகிடக்கும் சுதாவைப் பார்த்தாள். இந்நேரம் திவா தன்னருகில் வேண்டும்போல் தோன்றியது. அவன் தோளில் சாிய வேண்டும்போல் தோன்றியது. சொன்னானே என் கை உன்னை விட்டு போகாதுன்னு... அந்தக் கையைப் பிடிச்சிட்டு எனக்க கரையணுமே... எனக்க சுதாளை இப்படி செய்ததை அவனுட்ட சொல்லியிருக்கலாமே...

எனக்கு அவன் கிடைப்பானா? இந்த இருட்டான சென்மங்களுக்கு அவன் வெட்டமா வருவானா? ஏக்கத்தோடு சுதாளை அணைத்துக்கொண்டு கிடந்தாள்.

திவாவின் அம்மா சுசீலா தன் மகனைப் பார்த்துக்கொண்டே யிருந்தாள். தான் சொல்லப்போகும் விசயத்தை அவன் எப்படி எடுத்துக்கொள்வானோ என்ற அச்சமும் இருந்தது. திவாவும் தன் தாயின் முகத்தைப் பார்த்துக்கொண்டிருந்தான். சுந்தரியைப் பற்றி சொல்லப் போவதை அம்மா எப்படி ஏற்றுக்கொள்வாளோ என பார்த்துக்கொண்டிருந்தான்.

''திவா நான் ஒனட்ட ஒரு விசயத்தை சொல்லணம்...'' அவள் கூறும்போது அதில் வந்தாள் இளம்பெண் ஜெயந்தி... அந்தப் பெண்ணை முன் பின் பார்த்திராத நிலையில் தாயின் முகம் பார்த்தாள்.

''யாரம்மா இவங்க...''

''நீ உள்ள போம்மா...'' சுசீலா சொல்ல அவள் உள்ளே போனாள்.

''நம்ம வீட்டுக்குள்ள போறவங்க யாரும்மா?'' கேட்ட மகனின் அருகே சென்றாள்.

''திவா அம்மா ஒனக்கு ஏதாவது தப்பா செய்வேன்னு நினைக்கிறியா?''

புரியாமல் தாயைப் பார்த்தான்.

''இந்தப் பொண்ணு நம்ம வீட்டு மருமகடா...'' தாய் சொன்ன வார்த்தைகள் அவன் மேல் தீத் துண்டுகளாக விழ, துடித்துப்போய் தாயைப் பார்த்தான்.

''அம்மா...''

''உடனே திரும்பி வான்னு உன்னை கூப்பிட்டது இதுக்காக தான்... இந்தப் பொண்ணு யாருமே இல்லாத அனாதைப்பா... இவா அவங்க மாமா வீட்ல நின்னு வளந்திருக்கிரா. மாமா இவளை தப்பான வழிக்கு போக துன்புறுத்தியிருக்கு. அதுக்காக ஆட்களை ஏற்பாடு செய்து விட்டுருக்கு. நான் டவுனுல போயிட்டு வரம்ப நம்ம தோட்டத்து விளையில உள்ள கிணத்துல விழுந்து சாகப்போனா... நான்தான் காப்பாத்தி நம்ம வீட்டுக்கு கூட்டியிட்டு வந்தேன். அவா மாமா ஆட்கள் இவளைத் தேடி கூட்டியிட்டு போக வந்தப்ப என் மகனுக்கு கெட்டிக்கிற பொண்ணுன்னு திமிரா சொல்லி திருப்பி விட்டுட்டேன்... அதான் உன்ன உடனே வரச்சொன்னேன்.''

திவாவுக்கு தாய் சொன்ன சகலமும் கேட்டு உலகே இருண்டு போனது. கண்ணில் சுந்தரி வந்து நின்றாள். இந்தக் கை உன்னை ஏமாற்றாது சுந்தரி... அவளைப் பிடித்துக்கொண்டு கூறிய தன் கைகளை வெறித்தான்.

''அ..ம்மா...'' அவன் உதடுகள் துடித்தன.

''இந்தப் பொண்ணுக்கு வாழ்க்கை நம்பிக்கையை கொடுத்து நம்ம வீட்ல உன்னை நம்பியே ஏத்துக்கிட்டேன்...''

''ஏ..ம்..மா...'' அவன் மனதில் சுந்தரி நின்று ஓ வென ஒப்பாரி வைத்துக்கொண்டு தன்னை நோக்கி சள்ளென துப்புவது போலிருந்தது. மறுக்க மறுக்க காதல் சொன்ன தன் மீது அவள் செருப்பெடுத்து சாற்றுவது போலிருந்தது. நீ பொய் என்று சொல்வது போலிருந்தது. மகனின் முகம் வியர்த்து வடிவதைப் பார்த்து பதறினாள் சுசீலா.

''ஏண்டா உனக்கு இதுல விருப்பமில்லியா? உன் முகம் இப்படி வியர்க்குது? இவாதான் நம்ம வீட்டு மருமகான்னு ஊருக்கே தெரியும். அடுத்த வாரமே உனக்கும் அவளுக்கும் கல்யாணம் வைக்க ஏற்பாடு பண்ணியிருக்கேன்... இவளை ஏமாத்தினா கடவுளே நம்மை மன்னிக்க மாட்டாருடா...''

''அம்..மா... நான் என்னம்மா சொல்ல?'' தடுமாறிப் போனான் திவா.

''ஜெயந்தி வெளியே வாம்மா...'' இவள் அழைக்க அந்தப் பெண் வெளியே வந்தாள்.

''இதான் என் மகன். பாத்துக்க... என்ன கேட்கணுமோ கேட்டுக்க...''

திவாவின் மனம் உடைந்து சிதறி அதில் துண்டு துண்டாக, அதில் சுந்தரி என்ற அப்பாவிப் பெண்ணும் உடைந்து போனதை அறியாத தாயையும், வருங்கால மனைவியையும் பார்த்தான்.

ஒப்புக்கு சிரித்துவிட்டு தனது அறைக்குச் சென்று கதவைத் தாளிட்டுக்கொண்டான்.

சுந்த..ரி... உயிர் உருக அழைத்தான். எப்பிடியம்ம இனி உன் முகத்தைப் பார்ப்பேன்... அப்பிடியென்ன தலையெழுத்தம்மா உனக்கு... என் வரவையும் பதிலையும் தேடியிட்டு இருக்கிற ஒனட்ட வந்து நான் என்ன பதில் சொல்வேன்... நீ என்னால மீட்டப்படாத வீணையா? உன்னை தூசு துடைத்து சமூகத்தில காட்ட ஆசைப்பட்டது தப்பா? அவன் மனம் உடைந்து அழ... வெளியே கதவு தட்டப்படும் சத்தம் கேட்க, கண்ணீரைத் துடைத்துக்கொண்டு கதவைத் திறந்தான். அங்கே ஜெயந்தி நின்றுகொண்டிருந்தாள். கையில் குளிர்ந்த பழ ஜூஸ் இருந்தது.

''எனக்கு இப்ப வேண்டாம்...'' அவள் முகம் பார்க்காமல் கூறினான்.

''என்னை பிடிக்கலியா உங்களுக்கு... அம்மா சொல்லி யிட்டாங்கன்னு நீங்க என்னை கட்டிக்க வேண்டாம்... ஊருல இன்னும் கிணறுகள் கிடக்கு...''

அவளை இயலாமையில் பார்த்தான் திவா.

●

உடம்புக்கு முடியாத நிலையில் விடிய விடிய வாந்தியெடுத்த சுதாவை பீதியுடன் பார்த்தாள் சுந்தரி. அவளுக்கு என்ன வாந்தியோ... அப்பாவிடம் இதைப்பற்றி சொல்ல வேண்டுமா? அவரோடு இன்னும் அந்த பிரேம் சம்பவத்தைச் சொல்லாத நிலையில் இவளுக்கு வாந்தியின் காரணம் என்னவோ என கலங்கிப்போனாள்.

''சுந்தரியே...'' தர்மர் மகளை அழைத்தார்.

''சின்னக்குட்டி விடிய விடிய கக்கியிட்டு கிடக்குது... உப்பும் புளியுமில்லாம தின்னிய ஆகாரங்கா எரைக்கு பிடிக்குமாக்கும்? நீ செல்லப்பனுக்க வீட்டுக்கு போணுமில்லியா... நான் இவளைக் கூட்டியிட்டு போய் மருந்து வேண்டியிட்டு வாறேன். அவளுக்கு நல்லதா ஒரு சீல எடுத்து உடுத்துக் கொடு...'' சுந்தரியும் தனது தங்கையை உடம்பு கழுவி, தலைசீவி, பவுடரிட்டு பொட்டிட்டு ஒருக்கினாள். நல்ல சந்தோசம் வந்தால் சிரித்துக்கொள்ளும் சுதா இப்போதெல்லாம் அந்தச் சிரிப்பையும் கொடுப்பதில்லை.

பாவம் இவளுக்க மூளையிக்கி இருக்கிறதுபோல உள்ள பேத்த மனசிருக்குமோ என்னவோ? சீவிதவலி இவளுக்குள்ளும் கிடக்கோ என்னதோ... அதெல்லாம் வார்த்தைகளற்று மௌனங்களாகி விட்டதோ என்னவோ... என்றாவது ஒரு நாள் இவள் தன் வாய்திறந்து இவள் அனுபவித்த வாழ்வின் ரணங்களை சொல்வாளா? விங்கிக்கொண்டு வர சுதாவை முத்தம் செய்தாள் சுந்தரி. இப்போது சுதாவின் கண்கள் கலங்கி வழிந்தது. அதில் வெளிக்காட்ட இயலாத வாழ்க்கை வலி கரித்தது.

செல்லப்பனின் வீட்டில் வேலை செய்துகொண்டிருந்தவள் வெளியே அரவம் கேட்கும் போதெல்லாம் திரும்பிப் பார்ப்பாள். திவா வந்துவிட்டானோ என்ற தேடலே அதில் எழுந்து நின்றது.

அவன் வந்ததும் ரவியை சொல்லவேண்டும்... பிரேமை சொல்ல வேண்டும். இந்த வீட்டு வேலையை விடவேண்டும்; அவன் அருகில் வரும்போதெல்லாம் விரட்டிய மனம் அவனை ஆர்வமாகத் தேடியது.

எனக்க அம்மாவைப் பார்க்கவில்லை நான்... ஆனா அந்த அம்மா அன்பை அவன் காட்டினான். அவனோட ஆண்மையின் தாய்மையை மனசார கண்டேன் நான். உண்மையான அன்பைக் கொடுக்கிற ஆணோட அன்புக்குள்ள ஒருங்கிணையும்போது எவ்வளவு பாதுகாப்பு கிடைக்கிறதுபோல மனசு நிம்மதிப்படுது...

எனக்க அப்பா சொல்லியதைப்போல எனக்குன்னு ஒரு காலமும் வாழ்வும் திவா வழியா வந்துட்டோ ! இருக்கலாம்... எனக்காக காலம் கொண்டு வந்தவனே அவன். நினைக்கும்போதே மனம் சில்லிட கண்களை சுகமாக மூடினாள். அருகே நின்ற வேப்பமரம் தனது கிளையை அசைத்து அவளை முத்தமிட்டது. இந்த வாழ்வு மீது இனம் புரியாத இன்பம் எட்டி பரவியது.

●

பாறைமடையில் கனத்த இதயத்துடன் அமர்ந்திருந்தார் தர்மர். அருகே அவரது இளைய மகளுமிருந்தாள். கையில் அவர் வாங்கி வைத்திருந்த பூச்சிமருந்துமிருந்தது. ஆஸ்பத்திரியில் சொன்ன சேதி பேரிடியாக அவருக்குள் இறங்கிப் போயிருந்தது. சுதாவுக்கு குழந்தை... எப்படி? யார்? கலங்கித் தவித்தார். இதன் முடிவு அவரை பெரிய துன்பத்திற்கு இழுத்துக்கொண்டு போனது. இவள் ஒரு குழந்தை பெற்றால் இந்த உலகம் எப்படி காறித்துப்பும்... என் சுந்தரியின் வாழ்வையும் சேர்த்தல்லவா இந்த விசயம் பாதிக்கும். நானும் இவளும் வாழ்ந்தால் பாவம் அவள் வாழ்வும் முடிந்து போகும். எதுக்கு இனிமேலும் வாழணம்? கையிலிருந்த விஷத்தைப் பிரித்தார்.

சுற்றிலும் வீசிய காற்றில் சோகம் அப்பியிருக்க மயிலாடி பாறையைப் பார்த்தார். உயர்ந்து விரிந்த பாறையின் அகலமும் உயரமும் அடித்து நொறுக்கப்பட்டு சிதறிப்போயிருப்பதைப் பார்த்தார். நானும் போகிறேன் இந்த மயிலாடி பாறையைப் போல் சிதைந்து சீர்கெட்டு வாழ்க்கையை இழுந்து போகிறேன். கையிலிருந்த விஷத்தை வாயில் போட்டு தன் மகளுக்குக் கொடுத்தார். மனம் வலிக்க மரணத்தைத் தொட்டுக்கொண்டு

அதன் இருளுக்குள் சாடிப்போகத் துணிந்தவர்களை முறைத்துக் கொண்டு வந்தது மரண இருள்.

பாறைமடையில் ஆட்கள் கூட்டமாகக் கூடி நின்றார்கள். அழுதழுது சோர்ந்து போனாள் சுந்தரி. பாறைமடையினருகே கிடந்த பூச்சிமருந்தை பலரும் பார்த்து கிசுகிசுத்துக் கொண்டார்கள்.

''சுதா குட்டியிக்கி வயித்துல பிள்ளையாம்... அதான் தவப்பனும் மொவளும் விசம் தின்னு செத்துப்போச்சுனம்...'' நல்ல விசயங்களை அழுக்கும் உலகம் சொல்லக்கூடாத விசயங்களைக் கூவிக் கூவி விற்பதொன்றும் புதிதில்லையே... சிறிது நேரத்தில் காவல் வாகனம் வர சுந்தரியின் அழுகை பெரிதானது.

பாறைமடை வெள்ளத்திலிருந்து தர்மரும், சுதாவும் தூக்கி யெடுக்கப்பட்டு கரையில் கிடத்தப்பட்டிருக்க இருவரையும் பார்த்து பொட்டினாள் சுந்தரி.

''அப்போ என்னையும் கூட்டியிட்டு போயிருக்கலாமே... நான் இஞ்ச ஒத்தையில என்ன செய்யப் போறேன். எனக்க செல்ல சுதாளே... நீங்க ரெண்டு பேரும் எனக்கு என்ன சொல்லியிட்டு செத்துப்போனியா? நிரந்தர ஒறக்கத்தை ரெண்டு பேரும் தேடியிட்டியளே... இந்த ஒலகத்துக்க நல்லது கெட்டது சொல்லி தரக்கு இனி எனக்கு யாரு உண்டு? சுதாளுக்கு கொடுத்த விசத்தை எனக்கும் தரப்பாதா?'' சுந்தரியின் அழுகையைக் கேட்டுக் கொண்டு அதில் நின்ற ரவியின் உள் மனம் குடைந்தது. விளையாட்டு போல செய்த செயல் இரண்டு உயிர்களை பழிவாங்கி விட்டதே... குடியும் பொறுப்பின்மையும் எவ்வளவு பெரிய அழிவுகளை ஏற்படுத்திவிட்டது.

ஆம்புலன்சில் இருவரின் உயிரற்ற உடல்களும் ஏற்றப்பட சுந்தரி புத்தி பேதலித்தவள்போல் ஆனாள். வறுமை ஒருக்கி கொடுத்த ஒரு வாழ்வில் தன் தந்தையுடன் வாழ்ந்த காலங்களின் ஈரம் அவளை உருட்டி உருட்டி எடுத்தது. பரிசுத்தம் நிறைந்த முகத்துடன் தெரியும் சுதாவின் ஒளியை அணைக்க காரணமாக இருந்தவனை நினைத்தாள். விளையாட்டு நேரம் போக்கென என் தங்கச்சியின் உடல்மீது விளையாடியவன் எங்கே? அவள் கால்கள் திக்குகெட்டு போக, சரிந்துபோய் பாறைமடை செட்டில் பேச்சற்று அமர்ந்தாள்.

ஊருக்கு வந்த திவா இந்த விசயங்களைக் கேள்விப்பட்டு பாறைமடைக்கு விரைந்தான். சற்றும் எழுச்சியற்றவளாய் சாய்ந்திருந்த தன் சுந்தரியைக் கண்டு உடைந்து நின்றான். திவாவின் காலடி ஓசையின் சத்தம் புரிந்தவளாக நிமிர்ந்து பார்த்தவள் அவனைக் கண்டதும் கண்களை விரித்தாள். தனக்கான சாய்வு தென்பட்டதுபோல் கலைந்த முகத்துடன் பார்த்தவளை எதிர்கொள்ள முடியாமல் தலை குனிந்தான் திவா. சுந்தரி என்ன நினைத்தாளோ அவனை நோக்கி தன் கையை நீட்டினாள். நம்பிக்கையின் கைகளை அவன் நீட்டிக்கொடுப்பான் என கை நீட்டியவளை கலைத்துக்கொண்டு காவலர் வர...

''ஏம்மா இதுல ஒரு கம்ப்ளையிண்ட் வந்துருக்கு... ஒன்னோட தங்கச்சியை பிரேமுன்னு ஒருத்தன் கெடுத்துட்டானாம்... இது சாதாரண தற்கொலையா பாக்கக் கூடாது, கொலையா பாக்கணமுன்னும் செல்லப்பனுக்க மகன் கம்ப்ளையிண்ட் தந்திருக்கு. அவனை நாங்க அரஸ்ட் பண்ணப் போறோம். நீ என்ன சொல்ற?''

''செத்துப்போனவளை உயிரோட கொண்டுவர முடியுமா சார்... கம்பிளையிண்டு சொன்னதெல்லாம் உண்மைதான்... அதுக்கான நேரடி சாட்சியும் நான்தான்...''

''இதெல்லாம் இப்பிடி சாவு நடந்த பிறகுதான் சொல்லணுமா? விவரம் இல்லாம இருக்கிறீங்களேம்மா... யோ போலிசு... இந்த பொண்ணுட்டண்டு கையெழுத்து வாங்கியிட்டு வாங்க... ஏம்ப்பா நீ யாரு. இதுல வந்து நின்னுட்டேயிருக்க...'' திவாவிடம் கேட்க...

''நான்... வந்து... இவங்களோட பழக்கமுங்க...''

''பழக்குமுன்னா...''

''சும்மா வெறும் பழக்கம்...''

''பழக்கம் பழக்கமுன்னு சொல்லிதான் பல தப்புகளும் நடக்குது...'' போலீஸ் கூறிக்கொண்டு போக, திவாவை நோக்கி நீட்டிய கைகளை வெடக்கென பின்னே மறைத்துக்கொண்டாள் சுந்தரி. அவனைப் புதிதாகப் பார்த்தாள்.

'பழக்கம் வெறும் பழக்கம்... இந்த பழக்கத்தில் நான் காதலியாக அறிவிக்கப்படல... வருங்கால மனைவியாக சொல்லப்படல...

பழக்கம் வெறும் பழக்கம். ரோட்ல போற ஒரு ஆளுட்ட பழகுறதுபோல, கடைவெளியில ஒரு நபருட்ட பழகுறதுபோல வெறும் பழக்கம்... திவாவா இப்பிடி சொன்னான்... எப்பவும் என் கைகள் உன்னை கைவிடாதுன்னு சொன்னவனா சொன்னான்...'

''சுந்தரி...'' தன் அழகிய பெயரை உரிமையோடு அழைத்தவனை பார்வையால் சுட்டாள் சுந்தரி.

''என் பெயரை சொல்லி எதுக்கு கூப்பிடுறீங்க?''

''பிரேமுக்கு தண்டனை வாங்கிக் கொடுக்கணும்...''

''வெறும் பழக்ககாரியிக்க குடும்ப விசயத்துல சாருக்கு என்ன அக்கறையோ?'' அவள் கேட்க... அவன் நிமிர்ந்தான்.

''வெறும் பழக்ககாரி தானே உங்களுக்கு... ஊருல போயிட்டு வரம்ப சொல்ற நல்ல விசயம் இதுதானே... இருந்த ரெண்டு உறவையும் சாவுக்கு கொடுத்துட்டு நிக்ற இந்த பழக்ககாரியிட்ட எதுவும் பேசவேண்டாம் சார்...''

''சு..ந்த..ரி...''

''இவளும் செத்துப்போயிட்டா... வளப்பு சரியில்லாத பிள்ளையளால எங்குடும்பத்துல ரெண்டு உயிர் போயிட்டு.... சரியா வளக்கப்பட்டவளுக்கும் சீவிதமில்ல... திவா சார், நீங்க மாறிப்போய் வந்திருக்கீங்க... அது மட்டும் உண்மை.''

''என்னை கொல்லாத, என் சூழ்நிலையை தயவுசெய்து புரிஞ்சுக்கோ...''

''ஆமா இந்த பேத்தை எல்லாரையும் புரிஞ்சி புரிஞ்சி வழியனுப்பணம்... ஆனா அவளை மட்டும் யாருமே புரியமாட்டாங்க...'' உடைந்துபோன தன் காதலியை அணைத்து ஆயிரம் முத்தங்கள் வைத்து ஆறுதல் கொடுக்க இயலாத நிலையில் துடித்தான் திவா.

''எனக்க அப்போ... செல்ல தங்கச்சியே... இந்த கருமியை அனாதையாக்கிட்டீங்களே...'' அழுதுகொண்டே சென்றவளை ஆற்றித்தேற்ற வழியற்று சிதைந்தான் திவா. விழுகின்றவர்களே தொடர்ந்து விழும் நிலை ஏனோ? ஏன் இவளுக்கு இந்த நிலை? இனி இவள் வாழ்வு? இவளுக்கென இருக்கப் போகும்

உறவுகள்... என் அம்மாவிடம் இவளைப்பற்றி சொல்லமுடியாத அளவுக்கு சூழல் இறுக்கிக்கொண்டதே... என் சுந்தரியின் வாழ்வு இனி பெரிய கேள்விக்குறிதானா?

●

இரவு விளக்கு வெளிச்சத்தில் மேசையின் மேல் படபடத்த காகிதங்களின் மேல் பேனாவை வைத்தான் திவா. காத்திருந்த கருப்பாயி நாவலின் கடைசிப்பக்கத்தில் வந்தவனுக்கு அதற்கு முடிவு கொடுக்க இயலாத நிலையில் மனம் கனத்திருந்தது. என்ன முடிவைக் கொடுக்க? நட்டநடு வீதியில் தனியாக நிற்பவளுக்கு என்ன முடிவு எழுத... வலியுடன் எழுதிய காகிதங்களை ஒன்று கூட்டி கட்டினான். விடிந்தால் ஊருக்குக் கிளம்ப வேண்டும். அவனுக்கென்று உள்ள பொருட்களை எடுத்து வைக்கவேண்டும். இங்கிருந்து சென்ற பின் அவளைப் பார்க்க முடியாது. பார்க்கவும் எனக்கு தகுதி கிடையாது. என் இழப்பு அவளுக்கு பெரிய ஏமாற்றத்தைக் கொடுக்கும். தாங்கிக் கொள்வாளா... தலையைச் சாய்த்து கண்களை மூடினான். அதில் சுந்தரியின் கண்ணீர் முகம் தெரிந்தது.

9

நடுத்தளத்தில் அமர்ந்திருந்த ரவியின் மனதில் அமைதியில்லை. பெருங்குற்றம் செய்த உறுத்தல் வந்து அவனைக் குடைந்து கொண்டிருந்தது. பிரேமுக்கு ஒத்துழைக்காமல் இருந்திருந்தால் சுந்தரி இப்படி அனாதையாகியிருக்க மாட்டாள். என் சுதந்திர வாழ்வுக்கு தடை சொல்லக்கூடாதென என் பெற்றோர்களை குறை சொல்லியிருக்கிறேன். இதே சுந்தரி வறுமையிலும் நல்லவளாக வாழவில்லையா? அப்பா இல்லாத திவா நல்லவனா வாழல்லியா? என் விருப்பம்போல் வாழ்ந்ததன் விளைவு... கெட்ட நண்பர்கள்... சிற்றின்பத் தேடல்கள்... ரவியின் மனம் அவன் வாழ்வை மறுவாசிப்பு செய்யத் துவங்கியது.

தர்மர் விசுவாசமான பணியாளனாக தன் தகப்பனிடம் வலம் வந்ததையும், சுந்தரி பொறுப்போடு சமைத்து விளம்பியதையும், எதுவும் அறியாத குழந்தையாக சுதா இருந்ததையும் நினைத்தான். முழுக்க முழுக்க என் வீட்டையே நம்பி வாழ்ந்த பாவப் பட்டதுவளை என்னோட கூட்டுக்கட்டால தொலச்சிட்டேனே... மனம் குத்துண்டவனாக இருந்தவனை திவா கவனித்தான். ரவியின் முகத்தில் தெரிந்த அமைதியை உன்னிப்பாகப் பார்த்தான். குடித்த சுவடு தெரியவில்லை.

''ஏன் ரவி மௌனமா இருக்கிற?''

திவாவைப் பார்த்த ரவியின் கண்களில் கண்ணீர் மினுங்குவதை ஆச்சரியமாகப் பார்த்தான்.

''ஏண்டா...''

''நான் தப்பு செய்துட்டேன்... என் மனசு என்னைப் போட்டு கொல்லுது...''

''உன் ஒத்துழைப்புல நடந்த தவறுல ரெண்டு உயிரு போயிட்டே ரவி... எல்லோர் பார்வைக்கும் அது தற்கொலையா தோணலாம்... ஆனா மனசாட்சியோட பாத்தா அது கொலை. தற்கொலை செய்றவங்க தானா செய்றதில்ல... அவங்க பின்னால இருக்கிற யாரோ கொடுக்கற நிராகரிப்பு, ஏமாற்றம், அவமானமுன்னு பல காரணங்களிருக்கும். ஒரு மனுசன் தற்கொலை செய்தா அது அவனோட தப்பா மட்டும் இந்த உலகம் பார்க்கும். ஒருத்தனுக்க தற்கொலைக்கி பின்னால நாமெல்லாம் பொறுப்பாளிகள் தான் ரவி...''

''உண்மைதான்... இப்ப என்னால படுக்க முடியல. சாப்பிட முடியல. என் மனசாட்சியை பலர்சேர்ந்து குத்திக்கிழிக்கிறது போலயிருக்கு... நீ சொல்றது உண்மைதான் திவா. ஒரு மனுசன் மனசு உடஞ்சி தற்கொலை பண்ணி சாகுறான்னா அதுக்கு உயிரோட இருக்கிறவங்கதான் காரணம். பேத்த மகா பிள்ளை பெத்தா அதை எந்த அப்பனால தாங்க முடியும்? அதான் அவர் தானும் தின்னு தனக்க மகளுக்கும் விசத்தைக் கொடுத்திட்டாரு...''

தப்பு செய்றவனுக்கு சிறைச்சாலை மட்டும் தண்டனையைக் கொடுத்துவிட முடியாது. செய்த தப்புக்கான பிராயசத்தை மனசால உணர்ந்து அதுக்காக கண்ணீர் விட்டு சம்பந்தப் பட்டவங்களிடம் மன்னிப்பு கேட்கிறதுதான் உண்மையான தண்டனையா இருக்க முடியும். ரவியோட மனசு அப்படியொரு நிலைக்கு வந்துட்டு. காலம் வரைக்கும் இது அவனைப் போட்டு குத்திக்குடஞ்சிட்டேயிருக்கும். என் மனசுக்கும் இது தான் தண்டனையாக அமையப்போகுது. என் அம்மா காட்டுன சூழ்நிலைக்குள்ள நியாயமிருந்தாலும், ஜெயந்தியும் ஒரு வாழ்விழுந்த பெண் என்றாலும் நான் சுந்தரிக்கு செய்வது துரோகமே... வாக்கு கொடுத்து, நம்பிக்கை கொடுத்து,

காப்பாற்றுவேன் என்றெல்லாம் சொல்லிவிட்டு, இன்று அனாதையாக நிற்பவளுக்கு எந்த பதிலும் சொல்லாமல் போகிறேன்... காலம் வரைக்கும் அவள் மனதில் நான் களங்கப்பட்டே போவேன்.

''ரவி... சுந்தரியோட வாழ்க்கை இனி ரொம்பவே தனியாகி போயிடும். அவளை இனிமேலாவது கருமி அவா இவான்னு மதிப்பற்று பேசாம இருக்க பாத்துக்குங்க... ஒரு பொண்ணைப் பற்றி அவதூறு சொல்வதைக் காட்டிலும் ஒரு கோயிலை இடிக்கிறது குறைந்த பாவமுன்னு சின்ன வயசுல படித்த செர்பியா நாட்டுப் பழமொழி இப்பவும் என் மனசுக்குள்ள கிடக்கு. பெண்ணைப் பற்றி குறைசொல்றது, அவா மனசோட உணர்வை குத்தி குத்திக் கொல்றது ரொம்பவே பாவமான செயல்... நானும் சுந்தரியைப் புரிந்தேன்... அவா உணர்வு களோடு நின்றேன். ஆனா என்ன பயன்? எனக்கான பாதை வேறாக பிரிந்திட்டே. அவளுக்கு இன்னொரு அப்பனா இருக்க முடியாம போயிட்டேன்...'' குரல் தழுதழுக்க சொன்னவனைப் புரியாமல் பார்த்தான் ரவி. இருவரும் மௌனமாக நிற்க... செல்லப்பன் இறுகிய முகத்துடன் வீட்டிற்குள் வந்தார். ராணியும் தளத்தில் வந்து அமைதியாக இருந்தாள். செல்லப்பன் ராணியையும் ரவியையும் முறைத்துப் பார்த்தார்.

''பொல்லாத கூட்டுக்கட்டுக்க கூட சேராதேன்னு சொன்னா கேட்டியா நீ? இப்ப நீ கூட்டுக்கு நின்னன்னு அவன் அடிச்சிப் பேசுறான்... தப்புக்கு ஒத்துழைக்கிறவனுக்கும் குற்றவாளிக்கு கொடுக்கிற அதே தண்டனையுண்டு. நீயும் காலம் வரைக்கும் போலீஸ் ஸ்டேசனுக்குள்ள கிடந்து ஒனக்க சீவிதத்தை முடிச்சிரு.''

''அய்யோ என்ன சொல்றீங்க... ரவியை போலிசு கொண்டு போகக் கூடாது. அதுக்கு என்ன பண்ணமுடியுமோ அதை பண்ணுங்க...'' ராணி பதறிக்கொண்டு சொல்ல, செல்லப்பன் அவளருகில் சென்றான்.

''நீ வாயைத் திறக்கக் கூடாது... ஒருமித்த அன்பு கிடைக்காம போனா கல்யாணம் பெரும் தோல்வியிலதான் முடியும். பிள்ள வளப்பு பெரிய கலை. இந்த ஒலகத்துல உள்ள எல்லாத்தையும் விட ஒரு குழந்தையை நல்லவனா வளத்தி விடுறதுதான் பெரிய விசயம். அதை செய்ய முடியாத ஆணாயிருந்தாலும்

பெண்ணாயிருந்தாலும் கல்யாணம் செய்யப்படாது... ஒரு மனுசனுக்கு எல்லா அன்பை விடவும் அம்மா அன்புதான் முக்கியம். அது முழுமையா கிடச்ச எவனும் குற்றவாளியா மாறமாட்டான். வீடு நல்லாயிருந்தாலே வீதி நல்லாயிருக்கும். உனக்கு வீடோ அதில உள்ளவங்களோ முக்கியமில்ல. ஒனக்கு பிறந்த மகனை ஒரு நாளாவது நீ அணைச்சிருக்கணமுண்டி. அதிகாரத்துல வளச்ச முடியாததை அன்பால மட்டும்தான் அணச்ச முடியும்...'' உடைந்தார் செல்லப்பன். ராணியும் தலை குனிந்தாள்.

மகனின் அருகில் சென்றார்.

''எவ்வளவு தப்பு பண்ணினாலும் அப்பன் கூட நிப்பான்னுதானே அவனை அந்த தப்பளை பெண்ணுட்ட கூட்டியிட்டு போன...''

''இப்படியெல்லாம் நடக்குமுன்னு தெரியாதுப்பா...''

'' மானத்தை உயிருபோல நினச்சி வாழுற அப்பாவிகளுக்கு உடம்பும் மனசும் ரெண்டல்ல... அது ஒண்ணு. அதுனாலே செத்துப்போச்சிதுவா... என் மனசுக்குள்ள பல பல மாற்றங்களை தந்துட்டு தர்மர் செத்துப்போயிட்டான். எங்கூட என்னை நம்பி வாழ்ந்தவனை மனுசனா மதித்ததில்ல... ஆனாலும் என் வீட்டு வேலைக்கு மொவளை விட்டு தந்தான். என்னதான் இழிவுபடுத்தினாலும் வலிக்காததுபோல் வந்து நிப்பான். அவனுக்க ஆன்மா சாந்தியடையணுமுன்னா அவனுக்க மொவளை பாக்கியதுல தானிருக்கு... அதை ஒருத்தன் கையில பிடிச்சிக்கொடுத்து காப்பாத்துறது இனி என்னோட பொறுப்பு...'' உறுதியாகச் சொன்னவரை பிரமிப்பாக எல்லோரும் பார்த்தார்கள். திவாவின் மனம் அவரை நன்றியால் தொழுதது. அந்நேரம் வாசலில் நிழலாட சுந்தரி அங்கே வந்தாள். எல்லோரின் பார்வைகளும் அவளையே பார்த்தன. கையில் எதோ பொதிந்து வைத்திருந்தாள்.

''கண்டுறாக்கே...'' அவள் அழைக்க, திவாவின் மனம் வலியால் சுருண்டது.

''எனக்க அப்பனும், தங்கச்சியும் போயிட்டாங்க... என்னை விட்டுட்டு திருப்பி வராத இடத்துக்கு போயிட்டாங்க கண்டுறாக்கே...'' வழிகின்ற கண்ணீரைத் துடைத்தபடியே

கையிலிருந்த சின்ன பேப்பர் பொதியலைப் பிரித்து அதிலிருந்த சில்லறைகளை செல்லப்பனிடம் நீட்டினாள்.

''ரெண்டு நாளத்த சல்லியடிக்காரங்களுக்கு கொடுத்தது போக உள்ள மீதி உள்ள கணக்கையும், பைசாவையும் ஒமட்ட தரேலன்னு சொன்னாரு. அதான் இந்நா கொண்டு வந்தேன்...'' அவள் நீட்டிய சில்லறைகளை வாங்க செல்லப்பனின் கை நடுங்கியது.

''அதை ஏன் இப்ப கொண்டு வந்த... பிறகு வாங்கி யிருக்கலாமே...''

''நானும் திரும்பியாச்சி கண்டுறாக்கே...'' அவள் அப்படிக் கூறியதும் அனைவரும் திகைக்க, திவா துடித்துப் போனான்.

''எங்க வீட்டு கடன் ஒமக்கு தெரியாதாக்கும்... வீட்டடியை முத்தையருட்ட விலை பேசிட்டேன். அவரு தாற பணத்தை வேண்டி ஒமக்கு முப்பதாயிரம் தரணம். அப்பறம், இப்பறம் கொடுக்கணம். இனி இந்த வீட்டுக்கு அவுச்ச நான் வரமாட்டேன் இன்னா... கோயிலுல உள்ள குளோறி சிஸ்டர் அவங்க மடத்துல சமைக்க கூப்பிட்டுருக்காங்க. இனி இந்த ஒத்த வயிறுதானே...''

திவா பொடிப் பொடியாக உடைந்துகொண்டிருந்தான்.

''நீ இனி எங்கேயும் போகவேண்டாம். நான் ஒன் வாழ்க்கைக்கி பொறுப்பு...'' சொன்ன செல்லப்பனை வேதனையாகப் பார்த்தாள்.

''பொறுப்புன்னு சொன்னவியா பழக்கமுன்னு சொல்லி கைநழுவுறப்ப நீங்க என்ன பொறுப்பு தர முடியும்? சுந்தரிக்கி, இந்த கருமிக்கி இவா மட்டுந்தான் பொறுப்பு, நான் போறேன்...'' அவள் கிளம்புவதற்குத் தயாராக ரவி அவள் முன் போய் நின்று கைகூப்பினான்.

''அய்யோ என்ன பெரிய விசயம் பண்ணீீங்க? நான் யாரு, நீங்க யாரு... என்னைப் போய் கும்பிட்டுட்டு...''

''பிரேமுக்கு நான் பண்ணின சப்போட்டுனால...''

''நீங்க எல்லாம் பெரிய படித்தக்காரங்களா இருந்தும் ஏன் இப்பிடி புத்தி மங்கிப்போகுது... ஏட்டுக்கல்வி கத்துத் தராததை நான் கத்துக்கிட்டேன்... உண்மையான கல்வி எது தெரியுமா? அடுத்த

மனுசங்களுக்க உணர்வை மதிக்கறது. அடுத்தவங்க கண்ணீருக்கு காரணமா இருக்காதது... வாழ்க்கை வெறும் விளையாட்டா வெறும் பொழுதுபோக்கா பாக்கிற உங்களுக்கெல்லாம் என்னைப்போல உள்ள பெண்ணுங்களுக்க உணர்வு புரியவே புரியாது... வாழ்க்கையில வெறும் சந்தோசம் மட்டும் தேடுற தொண்ணும் தப்பில்ல... ஆனா அடுத்தவங்களை துன்புறுத்தி இன்பம் தேடுறது பெரிய தப்பு. அறிவை மழிக்கடிக்கிற குடியை நிறுத்தி நல்லதா வாழப் பாருங்க... எங்களைப்போல உள்ளவங்களுக்கும் இந்த உலகத்துல பெருசா இல்லாம போனாலும் சிறுசாட்டாவது வாழ ஆசையுண்டு. அந்த ஆசையில இருக்கிற உயிரை தயவுசெய்து இனியும் கொல்லாதீங்க... உங்க எல்லாரையுமே மன்னிச்சிட்டு இந்த கருமி போறா...''

திவாவிற்கு இதயமே வெடித்துவிடும் போலிருந்தது. சுந்தரி ராணியையப் பார்த்தாள்.

''ராணியம்மா... இந்த கருமியோட கறுப்புத் தோலைப் பாத்து இனியும் நீங்க முகம் சுழிக்க வேண்டிய நிலை வராது. உங்க வீட்டு பழையதை தின்னு, நீங்க தூரப் போடுற கந்தையளை உடுத்து, உங்க வீட்டு கூலியிலே வாழ்ந்த நன்றி எப்பவும் எனக்கு எல்லாருட்டேயும் உண்டு...'' ராணி தழுதழுத்தாள்.

''நடந்தது நடந்து போச்சி... நீ இங்க எங்க கூடே இருந்துரு...'' ராணி சொல்ல சுற்றிலும் பார்த்தாள்.

எனக்க அப்பன் இல்லாத இடம், எனக்க சுதாளுக்க அரவமில்லாத இடம்... காதல் சொன்னவன் காணாமல் போக நிற்க இனி அவனையும் நினைவுபடுத்தும் இடம்... வேண்டாம், என் உலகம் இனி இங்கேயில்ல... எதோ ஒரு மடத்தின் இருட்டுக்குள் மறைந்து போய்விடுவேன்...

சுற்றிலும் பார்த்தவளின் பார்வையில் திவா நிலைகொண்டான். என்ன மௌனமாக நிற்கிறாய்... போகாதே என்று சொல்வதற்குக் கூடவா உன்னிடம் வார்த்தையில்லை... என்னை ஏமாற்றாத கைகள் ஏன் என்னை தடுக்கவில்லை... உலகமேடையில் ஒன்றை மட்டும் எப்போதும் எதிர்நோக்கி கொள்ளமுடியும். அது மாற்றம் ஒன்றே. நேற்றுவரை அன்பு செய்தவர்கள் இன்று விலகிப்போகலாம், உயிருக்குள் வரைக்கும் பாசத்தின் ஈரத்தைப் படர விட்டவர்கள் சொல்லாமல் கூட

போகலாம். இன்று காணும் எந்த நாளையோ, அதற்கடுத்த நாளோ பொய்யாக முகம் காட்டி நிற்கலாம்... சம்பந்தப் பட்டவர்கள் ஏன் இப்படியென்று கேள்வி கேட்டு அதிர்ச்சியாகி போகலாம்... இது ஒன்றைதான் நம்பிய மனங்களால் வெளிப்படுத்த முடியும். மாறிவிட்டால் அதற்கு மேல் வேறு எந்தக் காரணத்தையும் தேடமுடியாது. மாற்றம் மட்டுமே உண்மை.

தன்னைக் கூர்ந்து பார்த்தவளின் பார்வையை எதிர்கொள்ள முடியாமல் கண்களைத் தாழ்த்தினான் திவா.

அந்த வீட்டில் உள்ள ஒவ்வொருவரையும் பார்த்தாள்.

செல்லப்பனின் மனதில் முதலாளியென்ற திமிர் உடைந்து போயிருப்பது தெரிந்தது. இனி இவர் மாறுவார். பாறையில் தொழில் புரியும் தொழிலாளிகளின் உணர்வுகளை மதிப்பார். நியாயமான சம்பளத்தை வழங்குவார். ரவி இனிமேல் குடிக்க மாட்டான். பெண்களை விளையாட்டுப் பொருளாக பாவிக்க மாட்டான். ராணி இனிமேல் கறுப்பு அசிங்கமென்ற கீழான பார்வையை எவர் மீதும் வீசமாட்டாள். பொறுப்புள்ள தாயாக இயன்ற மட்டும் இருப்பாள். திவா இனிமேல் யாரிடமும் அனுதாபப்பட்டு காதல் சொல்ல மாட்டான். இனி இந்த வீடு அழகாக இருக்கும். என் வீட்டில் இருந்த அன்பும் புரிதலும் இங்கே இருக்கும். நம்பினாள். வலுப்பட்ட தன் மனதால் அனைவரையும் மன்னித்துவிட்டு வெளியேறினாள்.

அவள் வெளியேறியதை பொறுக்க இயலாத திவா அவளை அழைத்துக்கொண்டு அவள் பின்னே சென்றான்.

''சுந்தரி...'' முற்றம் இறங்கியவள் நின்றாள். என்ன என்பது போல் பார்த்தாள்.

''நானும் கிளம்பியிட்டேன்...'' அவன் சொன்ன வார்த்தைகள் நொந்துபோன அவள் இதயத்தை மேலும் பிடித்திழுக்க...

''போங்க...'' வேண்டுமென்று எடுத்தெறிந்தாள்.

''திருப்பி இனி வரவே மாட்டேன். இதுதான் நாம பாக்கிற கடைசி பார்வை...''

''முதல் பார்வையை வீசுனதும் நீங்கதானே... காதலை கள்ளமா சொல்லி என்னை பேதையயாக்குனதும் நீங்கதானே...

வேணுமுன்னா வேணும். வேண்டாட்டா போணும்... அப்பிடித் தானே...''

''சுந்தரி நான் ஒன்ன திட்டமிட்டு ஏமாத்தேல... என் சூழ்நில அப்படியொரு நிலையை தந்துட்டு...''

''உங்க சூழ்நிலையைக் கேட்டு கண்ணீர் விடணுமா இப்ப... ஏற்கெனவே காயாத கண்ணீரு நிறைய கிடக்கு... திவா சாரே வெறும் அனுதாபத்தை மட்டும் கொட்டிவிட்ட உங்க காதலு எனக்கு நல்லாவே புரியுது. அந்த அனுதாபத்தை மகாபுண்ணிய காதலா மனசுக்குள்ள வரஞ்ச இந்த பேத்த இப்ப அழிக்கணம் அப்படிதானே...'' சுடுகின்ற வார்த்தைகளால் அவனை சுருட்டியடித்தாள்.

''நீ நினைக்கிற மாதிரி காதலை வெறும் பொழுதுபோக்கா ஓனட்ட காட்டேல...'' மீண்டும் மீண்டும் தன்னை நிரூபிக்க முயன்றவனைப் பார்த்தவள்...

''உண்மையாத்தான் ஓங்காதல் இருந்ததுன்னா என்னை கல்யாணம் பண்ணிக்கோ...'' கொப்பளித்து விட்டாள்.

''பண்ணிக்கோய்யா... உன் ஆசையும் அன்பும் உண்மையின்னா இப்பவே என்னை கல்யாணம் பண்ணிக்கோ...'' திவா எதிர்பாராத பதிலை உதிர்க்க... அவன் முகம் வெளுத்துப் போனது.

''உன்னால முடியாதுன்னு தெரியும். கொடுத்த வாக்கை காதலுல இழக்காம இருக்கிறதுதான் உண்மையான காதலு. எதோ சூழ்நிலை எனக்கெதிரா ஒனட்ட வந்து நிக்கம்ப எனக்காக அந்த சூழ்நிலையிட்ட நீ என்னய்யா போராடுன?'' அவள் கேட்ட கேள்வியின் உண்மைத்தனம் அவனைச் சுட்டது. யாரோடும் இவளுக்காக நான் வாதிடவில்லையே...

''எனட்ட இருக்கிற மனசில உயிரிருக்கு... உண்மையான அன்பிருக்கு. முதல்ல எனட்ட பேச வரம்ப நான் கோபப்படுவேன். அறிவா அன்பான்னு போட்டி போட்டு அன்பு முந்திப்போய் உன்னை என் மனசுக்குள்ள ஏத்துக்கிட்ட பிறகு பிரியாவிடை சொல்றியா? என் ஆசைக்கு அப்பப்ப என்னெய் ஊத்தி வளத்துட்டு இப்போ அதை அணைக்கச் சொல்றியோ... அணைக்கிறதும் அணைக்காம போறதும் என் பொறுப்பு... பத்தெழுத்து படிக்காத இந்த குட்டி உனக்கு பொருந்த மாட்ட... போ போய் உன் வாழ்க்கையை நல்லாவே வச்சுக்க...''

அவனுக்குள் ஒரு ஆவேச எண்ணம் எழுந்தது. இவளை என்னோடு அழைத்துக்கொண்டு அம்மாவிடம் எல்லாம் சொன்னால் என்ன? சொன்னால் அம்மா கூட தாங்குவாள்... அந்தப் பெண் மீண்டும் சாவைத் தேடிப் போனால் காலம் வரைக்கும் அம்மாவை அந்தப் பழி வாட்டுமே... அய்யோ நான் என்ன செய்வேன்? பாவம் என் சுந்தரி மறுத்து மறுத்து என்னோடு பேசினாலும் இவள் மன பீடத்திற்குள் என்னை எப்போதோ வைத்துவிட்டாள்... இனி?

''சுந்தரி நீ என்னை மன்னிச்சிரும்மா... ஒரு காலம் வரம்ப நீ கூட என்னை மறந்திடுவ... ஆனா நான் மறந்திருக்க மாட்டேன்... என்னை இழந்ததுகூட நல்லதுன்னு நினைப்ப...''

''அறிவுரை எனக்கு வேணாம். மனசுக்குள்ள ஒரு தடவை வந்த அன்பு உண்மையானதுன்னா அதை ஒரு நாளும் மறக்கமுடியாது. இந்த மனசுக்குள்ள திவாவைப் பத்தி எழுதுன நினைவுகளை அழிக்க நான் இன்னும் ஒரு தடவை கூட பிறக்கணம். இனி இந்த சுந்தரி இருக்கிற திசை உங்க யாருக்குமே தெரியாது... தெரிஞ்சா கூட வரக்கூடாது. மனசுக்குள்ள வஞ்சகமும் வாயில தேனும் வச்சி பழகுற ஆட்கள் தந்த காயங்கள் போதும் சாமி... போதும்...''

அவனை நோக்கி கை கூப்பி அழுதாள்.

''நீ போய்யா... இனி ஒனட்ட எனக்குள்ள எதுவுமே இல்ல. இவா எழுவு விழுந்த வீட்டுக்காரி. அந்த துக்கங்களே நிறைய கிடக்க உயிரோட மரணம் தந்த ஒனக்கும் நன்றி சொல்லியேன்...''

தன் மனம் மீட்டப்படாத வீணையாக துரமாக்கப்பட்டு விட்டதே... உடைந்தாள்.

நகர மறுத்த மனமும், கால்களுமாக நின்றவன் வேறு வழியின்றி நின்றான். அவள் ஒப்பாரி வைத்து போய்க்கொண்டிருந்தாள். அவளின் அழுகை இவன் மனதை உழுதுகொண்டேயிருந்தது.

இதுதான் நடக்குமென எவராலும் வாழ்வை அறுதியிட்டு கணிக்க முடியாது. சிலரின் வாழ்வு சரிவுகளாகவே அமைந்து விடுகிறது. அந்தச் சரிவுகள் வாழ்வுக்கான முகவரிகளாகவும் மாறுவதைப் போன்று தன் காதலியின் வாழ்வும் வளம் பெறவேண்டுமென்று மன்றாடி நின்றான்.

இவளின் கதறலும், அழுகையும் ஒரு நாள் நின்று போகும். என் மீது கொண்ட கோபங்களும் வைராக்கியங்களும் இவளை வாழ வைக்கும் ஆற்றல்களாக செதுக்கும். என்னிடமிருந்து புறப்படும் இந்தக் கண்ணீரும் உடைந்த இதயத்தின் வலிகளும் என் சுந்தரியின் நல்வாழ்வுக்கு நான் தினம் தினம் அர்ப்பணிக்கும் பிரார்த்தனைகளே...

அவள் போய்க்கொண்டிருப்பதைப் பார்க்க இயலாதவாறு அவன் கண்ணீர்த்துளிகள் மறைத்தது.

௧0

ஒன்றரை ஆண்டுகளுக்குப் பிறகு...

உள்ளூரில் மனைவியின் பிரசவத்திற்காக பிரபல மருத்துவமனை யில் தங்கியிந்தான் திவா. புத்தம் புது பூவாக பிறந்துகிடந்த தனது பிஞ்சு மகளை ஆசையோடு பார்த்துக்கொண்டிருந்தான். ஈசனின் இதயக் கரிசனையை வெளிப்படுத்தும் செயல்களில் ஒன்று குழந்தைப் பிறப்புகள்.

பூமி பழையதில்லையென்பதை வெளிப்படுத்தவே புதிய புதிய முகங்களுடன் புதிய ஆளுமைகளுடன் புதிய மனிதர்கள் பிறந்து கொண்டேயிருக்கிறார்கள் என்பதை மருத்துவமனைகளில் ஒலிக்கும் குழந்தைகளின் அழுகுரல்கள் வெளிப்படுத்திக் கொண்டேயிருந்தன...

தனது மனைவியினருகே கிடந்த தன் மகள் தனது அம்மா சுசீலாவின் சாடையில் அதே கறுப்பு வண்ணத்தில் பிறந்திருப்பதைக் கண்டு மகிழ்ந்தான்.

''டேய் திவா ஒன் மகளைப் பாத்தியா என்னை மாதிரியே கறுப்பா பிறந்திருக்கியா...'' சுசீலா அப்படிச் சொன்னதும் அவன் மனதிற்குள் சுந்தரி வந்து நின்றாள்.

''கறுப்பு எனக்கு ரொம்ப பிடிக்கும்மம்மா...''

''பொம்புளை பிள்ளை கறுப்பா இருந்தா நல்லாயில்ல...'' சொன்ன மனைவியை இயலாமையில் பார்த்தான்.

''ஏன் இந்த மாதிரி ஒரு தப்பான எண்ணமிருக்கு ஜெயந்தி. பொண்ணுன்னா வெளுப்பாதானிருக்கணுமா? வெளு வெளுன்னு இருந்துட்டு கொஞ்சம் கூட பண்பே இல்லாம வாழ்ந்துட்டா அந்த வெள்ளையால என்ன பயன்? தோலுக்கு முக்கியத்துவம் கொடுத்து கொடுத்து பழக்கப்பட்ட உலகம் பல நல்ல மனுசங்களுக்க மனசை கண்டுக்கிறதேயில்ல...'' விட்டால் இன்னும் பேசிக்கொள்வதற்கும் நியாயமிருப்பது போல் தெரிந்த கணவனைப் புரியாமல் பார்த்தாள்.

''இப்ப நான் என்ன சொல்லியிட்டேன்னு கோபப்படுறது போலவே பேசுறீங்க...''

''ஆமாண்ட... ஏன் இப்ப என்ன பேசிட்டா அவா...''

''கறுப்பான தோலுக்குள்ள நல்ல மனசை கண்டவன் நான். அவா போட்ட பிச்சைதான் இவளும் இந்த குழந்தையும். கறுப்பு தோலுல இருந்தா ஒண்ணுமேயில்ல... ஆனா மனசுக்குள்ள கறுப்பான செயல்களை வச்சிட்டு தோலுல வெள்ளையா இருக்கிறவங்க எல்லாரும் நல்லவங்களும் இல்லை...''

முகம் இருண்டுபோக வேதனையோடு பேசியவனை தாயும், மனைவியும் புரியாமல் பார்த்தார்கள்.

இவரு கதை எழுதக்கூடிய சிந்தனையாளர்... காத்திருந்த கருப்பாயின்னு கதையை எழுதி அதுக்கு முடிவில்லாம வச்சிருக்காரு. இதை ஏன் இன்னும் முடிக்கேலன்னு கேட்டா முடிவு தெரியேலன்னு சொல்லுவாரு. கதைதானே நீங்கள ஒரு முடிவு எழுதுங்கன்னா... கதையில்ல, நிஜமுன்னு சொல்லுவார். இவருக்கும் கறுப்புக்கும் அப்படி என்ன சம்பந்தம்? நானும் எங்குழந்தையும் யாரோ போட்ட பிச்சையின்னு சொன்னாரே... கேள்விகளோடு கணவனைப் பார்த்தாள்.

''என்ன பாக்ற? நம்ம பொண்ணுக்கு சுந்தரியின்னு ஒரு பெயர் போட்டா நல்லாயிருக்குமில்லியம்மா...'' அவன் அப்படிச் சொன்னதும் ஜெயந்தியின் முகம் மாறியது. சுசீலா சிரித்தாள்.

''ஏண்டா உனக்கு என்ன ஆச்சி?'' சுசீலா கேட்க...

''சுந்தரியின்னா அழகியின்னுதானே அர்த்தம். அதை இண்ணு உள்ள சூழலுக்கு பியூட்டி... சுவிட்டியின்னு போடலாம். இது எதோ பாட்டிக்க பெயர் போல சுந்தரி கிந்தரியின்னு...'' மனைவி சொன்னதும் இவன் முகம் சுருங்கியது... சுசீலா சிரித்துக் கொண்டாள்.

''ஒரு மனுசனுக்க பெயரைப் பொறுத்துதான் அவன் குணமேயிருக்கு...''

''இருக்குன்னா நீங்க அந்த பெயரை வச்சுக்குங்க... எங்குழந்தைக்கு அந்த பெயரை வைக்க வேண்டாம்...'' உரிமையாக மறுத்தவளை கோபமுடன் பார்த்தான்.

அவா மட்டும் அண்ணு வழியனுப்பி விடாம போயிருந்தா நீயோ இந்த குழந்தையோ பிறந்திருக்காது... மாடல், ஃபேஷன் இதெல்லாம் பெயருல கூட காட்டுற பொல்லாத ஆட்கள். ஒரு பெயருன்னா கூப்பிடறப்ப இனிமை வேணும், கேட்கிறப்ப சுகம் வேணும்... ஸ் என்று ஒரு ஒலியெழுப்பாத பெயருகளே இப்ப இல்ல. இது ஒரு நாகரிகமாம்... தனக்குள்ளே சலித்துக் கொண்டவன் வெளிவராண்டாவில் வந்தான். இங்கும் அங்குமென ஆட்கள் நடமாடிக்கொண்டிருந்தார்கள். ஒவ்வொரு வரையும் ஒருவித தேடலுடன் பார்த்துக் கொண்டேயிருந்தான் திவா. எங்கேயாவது அவள் தென்பட மாட்டாளா என்ற ஆதங்கத்தில் அவன் கண்கள் சுழல்வது இப்போதெல்லாம் இயல்பாகி விட்டது.

அவள் குறிப்பிட்டபடியே வீட்டை விற்றுவிட்டு கன்னியாஸ்த்திரி ஒருவருடன் சமைக்கச் சென்றுவிட்டதாக செல்லப்பன் வழி கிடைத்த தகவலுக்குப் பிறகு சுந்தரியைப் பற்றி எதுவுமே தெரியவில்லை.

சிந்தனையில் இருந்த திவாவை அதில் நடந்து வந்த நடுத்தர வயதுள்ள மனிதர் பெரிதும் கவர்ந்தார். அவரின் வலது கை இல்லாமலேயிருந்தது. இடது கையில் தோள் வரைக்கும் ஏராளமான பொருட்கள் இருந்தன. நெருங்கியிருந்த பொருட்கள் சறுவிக்கொண்டு வர, அவற்றை இறக்கவும், தடுக்கவும் வழியற்று வந்துகொண்டிருந்தவரை நோக்கி விரைந்தான் திவா.

''என்ன சார்... கொஞ்சமா எடுத்துட்டு வந்திருக்கலாமில்லியா?'' கேட்டுக்கொண்டே பிளாஸ்க், பால்பவுடர், உணவுபொதியல் என்பனவற்றை கையில் வாங்கிக்கொண்டான் திவா.

"ஆஸ்பத்திரியில யார் சார்?"

"என் ஃப்ரண்ட் சார்."

"அவங்களுக்கு என்ன ஆச்சி?"

"ஆக்சிடண்ட்..."

"ரொம்ப அடியா?"

"காலுல கொஞ்சம் அடிபட்டுட்டு... இப்ப பரவாயில்ல..."

"நீங்க தனியாவா இந்த திங்செல்லாம் கொண்டுவந்தீங்க?"

"நானும் என் ஓய்ஃப்புமா ஆட்டோவுல வந்தோம். அவங்க கன்சிவ்டா இருக்காங்க... தலை சுத்துதுன்னு சொன்னாங்க. ஜூஸ் வாங்கிக் கொடுத்துட்டு வந்தேன். வெளியே நிக்றாங்க. ஃப்ரண்ட் இப்ப டிஸ்சார்ஜ் ஆயிடுவாங்க. அதுனால இதெல்லாம் கொடுத்துட்டு நான் உடனே கிளம்பிடுவேன்..."

"ஓங்களுக்கு இந்த விபத்து எப்படி சார் நடந்தது..."

"இதுவும் ஒரு ஆச்சிடெண்ட்லதான்... என் வாழ்க்கையே முடிஞ்சி போச்சின்னு இருந்தேன் சார். என் வீட்டுல நல்ல வசதியெல்லாம் உண்டு. என்ன வசதியிருந்தும் எனக்கு மாற்று கை வைக்க முடியேல. இனி சந்நியாச வாழ்க்கைதான்னு முடிவு பண்ணியிட்டு இருந்த நேரம் என் வாழ்க்கையில ஒரு அதிசயம் நடந்தது சார்..." அவன் சொல்லப்போவதை பெரும் ஆவலோடு கேட்கத் தயாரானான் திவா.

"இப்ப அடிபட்டு கிடக்கிற என் ஃப்ரண்ட் சோஷியல் ஓர்க்கர். வரதட்சணையே வாங்காம பொண்ணை மதித்து கல்யாணம் பண்ண ஆசைப்பட்டான். எல்லாரும் வீடுகளுல போய் பொண்ணு பாத்தா இவன் கன்னியாஸ்த்திரிகளுக்க மடத்துல அனாதை பொண்ணுங்க நிப்பாங்களே... அங்க போய் பாத்தான். அப்படி போறப்ப என்னையும் கூட்டியிட்டு போனான். இவனும் நானும் போனா இவன் விரும்பி தேர்வு செய்த பொண்ணுக்கு அவனை பிடிக்கல, ஆனா என்னை பிடிச்சிருக்கு..."

"ஏன் அப்படி..." சுவாரசியம் மாறாமல் கேட்டான்.

"அதுதான் அவா சார்... எனக்கு அவா கை தர ஆசைப்பட்டா சார். என் படிப்போ வசதியோ அவளுக்கு தெரியாது. அவளுக்கு தெரிந்த ஒரே விசயம் எனக்கு கை இல்லாததுதான். நான் ஒங்க

கையா காலம் பூரா வாரேன்னு சொன்னா என் மனசு எப்படி இருந்திருக்கும் சார். பிறருட்ட சாய்வைத் தேடுறதை விட ஏன் மத்த ஆளுங்களுக்கு நான் சாய்வா இருக்கக் கூடாதுன்னு எங்கூட வாழ்க்கைக்கு வந்தவா என் பொண்டாட்டி. என் வசதி, படிப்பு, பணம் எல்லாமே அவா அன்புக்கு முன்னால ரொம்ப சின்னதா போயிட்டு சார். அவா மனசு ரொம்ப பெரிசு...'' தன் மனைவியை நெகிழ்ச்சியுடன் சொல்பவனைப் பார்த்த திவா மனசு பார்த்திராத அவளை வாழ்த்தியது.

''எங்கதையைக் கேட்டு எங்கூட பொருட்களை கொண்டு வந்ததுக்கு ரொம்ப தேங்ஸ் சார்...'' பதிலுக்கு புன்னகைத்து விட்டு திருப்பி நடந்த திவா மருத்துவமனையின் வெளிவாசலில் வந்தான். பெரிய வாசலின் முன் பக்கம் ஏராளமான பழக்கடைகள் வாடகை வாகனங்களென நெருங்கிக்கொண்டு தெரிந்தன. இவன் வேடிக்கையாக தனது கண்களை சாலைவெளியில் விரித்த போது எதிரே தெரிந்த பழக்கடையில் தெரிந்த அவளைப் பார்த்து அதிர்ந்தான். உடலின் எல்லா உணர்வுகளும் கூவியது... அவள் என் சுந்தரி.

ஆயிரம் கோடி சிறகுகள் இதயத்தில் பறந்தது போலிருந்தது. நான் வாசிக்கத் தவறியவளை, தூசுதட்ட நினைத்தவளை, செதுக்க நினைத்தவளை, மீட்ட நினைத்தவளை யாரோ வாசித்து, தூசு தட்டி, செதுக்கி, நேசித்திருக்கிறார்... எவ்வளவு மாற்றங் களுடன் என் சுந்தரி தெரிகிறாள். தந்தையும், சுதாவும் இறந்து தனி மரமாகி நான் விட்டு வரும்போது அவள் கண்ணில் தெரிந்த வாழ்க்கை ஏக்கத்தை யாரோ வாங்கியெடுத்திருக்கிறார்கள்.

வகிடு எடுத்த முன்நெற்றியில் வாரிவைத்த குங்குமம், காதில் ஆடும் சின்ன ஜிமிக்கி, பின்னிய கூந்தலில் தொங்கிய முல்லைச்சரம், கழுத்தில் தாலி... உப்பிய வயிறு... எக்கோணத்தில் பார்த்தாலும் அவள் அழகாகத் தெரிந்தாள். நெற்றியில் விழுந்த முடியை ஒதுக்கியபடி பழ ஜூஸ் குடிப்பவளைப் பார்த்து இவன் மனம் மகிழ்வால் எகிறியது.

''சுந்தரி...'' அழைத்துக்கொண்டு மறு கரைக்கு விரைய முயன்ற போது சாலையில் குறுக்கே நின்ற பேருந்து ஆட்களை இறக்கிக் கொண்டு நின்றது.

அவளைத் தேடி ஓடும் இந்த ஓட்டத்தின் அர்த்தம் அவள் மீது கொண்ட காதலா? காமமா? இந்த இரண்டும் என்பதைவிட,

வாழ்வு பெறாமல் தன் காதலி முடிந்துவிடுவாளோ என்று தவித்த தாயுள்ளத்திற்கு அவள் வாழ்கிறாள் என்பதைக் கண்ட சந்தோசத்தில் ஓடும் தாய்மையின் வேகம்... என் சுந்தரி வாழ்வு முழுவதையும் பேரிருட்டாக கண்டுவிடுவாளோ என உயிர்வரை ஏங்கிக்கிடந்த என் ஏக்கம் இன்றோடு தீரப்போகிறது என்பதை அவள் முகம்பார்த்துச் சொல்ல விரையும் ஓட்டம்... உன் வளமான வாழ்வைக் கண்டேன் சுந்தரியே... இனி எனக்கு சாவு வந்தாலும் கவலையில்லை என்பதைச் சொல்ல விரையும் ஓட்டம்... நல்ல மனசுக்காரி நீ நலம் பெற்றதைக் கண்டுவிட்டேன் என்பதைத் தெரிவிக்க சொல்ல ஓடும் ஓட்டம்... ஒரே பார்வை, ஒரே சந்திப்பிற்கான ஓட்டம்... இது தெய்வீக சந்திப்பிற்கான ஓட்டம்...

காதலித்தவர்களை நலமிழந்து கண்டால் அது ஒரு சாபமே... நலமோடு கண்டால் அது ஒரு வரமே... இதோ எனக்கும் ஒரு வரம் கிடைத்துவிட்டது.

மறைந்து நின்ற பேருந்து போனதும் அவன் பார்வை பரபரவென பழக்கடைக்கு முன் பார்த்தபோது இப்போது அவளைக் காணவில்லை. எங்கே போனாள்? எப்படி மறைந்தாள்? துடித்தான். மீண்டும் பழக்கடைக்குள் பார்வையைச் செலுத்திய போது பழங்கள் வாங்கி வைத்த பையோடு அவனோடு இணைந்து அவனின் இடது கையைப் பிடித்தபடி நடந்து வரும் அவள்... அவன்... சற்று முன் மருத்துவமனையில் பார்த்தவன்... ஓ..மை.. காட்... அவன் சொன்னவள் என் சுந்தரியா?

திவா அதிர்ச்சியில் உறைந்து போனான். சுந்தரி... சுந்தரி... கத்த நினைத்தான். வார்த்தைகள் தடம்புரண்டது. அங்கும் இங்குமென ஓடும் வண்டிகளின் இரைச்சலில் தப்பி விழுந்த இவன் அழைப்பும் சென்று சேர வாய்ப்பில்லை.

இந்தப் பக்கம் நின்றுகொண்டே அவளை கண்ணில் நீர்வழிய பார்த்து நின்றான். கைப்பிடித்து தன் கணவனுக்கு தாய் போல் தெரிந்தவளைப் பார்த்து பூரித்தான்.

வெறும் வார்த்தை வாழ்வுக்காகாதே என அடிக்கடி சொல்வாயே... நீயோ சொல்லாமல் செய்து காட்டி யிருக்கிறாய்... உன் கணவனோடு வந்தவனையும் விட்டு விட்டு இவன் எனக்கு போதுமென தேர்வு செய்திருக்கிறாயே... நீ தான்

கிரேட்... முற்போக்குவாதி... பரந்த சிந்தனைவாதி என்கிற எனக்கு உன் வாழ்வால் பதில் தந்துவிட்டாய்.

நான் உன்னை விட்டுப் பிரிந்ததும் நீ வாழ்வை வெறுத்திருக் கலாம்... சுற்றிலும் இனம்புரியாத இருள் பரவியிருக்கலாம். ஆனாலும் எல்லா துன்பங்களையும் உறுதியோடு ஏற்று இன்று வெற்றி பெற்றிருக்கிறாயே... எனக்கும் வாழ்வு வருமென்று நம்பிய உன்னால் கையிழந்தவனும் வாழ்கிறான்.

ஒரு காலம் வரும். உனக்கும் ஒரு குழந்தை பிறக்கும். கல்வி கிடைக்கலேன்னு ஆதங்கப்பட்ட உன் குழந்தைக்கு ஆசை ஆசையா கல்வியைக் கொடுத்து இந்த உலகே வியக்குற படிக்கு கொண்டு வருவ... அண்ணு எல்லாரும் உன்னையும் உன் கணவனையும் பாராட்டுறப்ப நானும் தூரமாயிருந்து உன்னை வாழ்த்துவேன் சுந்தரி... மனதார அவளை வாழ்த்தி நின்றான்.

இவனின் வாழ்த்தொலி அவளைத் தொட்டிருக்க வேண்டும்... யாரோ தன்னை அழைப்பது போன்றிருக்க திரும்பினாள். திரும்புகின்றவளின் பார்வைக்குள் தன்னை இணைக்க எவ்வளவோ முயன்றும் அவள் பார்வையில் இவன் தென்படவேயில்லை.

''ஆட்டோ வரணுமா?''

''ஆமா சார்... பஸ்டாண்டு வரைக்கும் போகணம்...'' சுந்தரியின் கணவன் பதில் சொல்ல அவனோடு ஆட்டோவில் ஏறினாள் இவனின் காதல் சுந்தரி.

''சுந்தரி...'' இவன் அழைக்க அவளோ மகிழ்வின் தேவதையாக போய்க்கொண்டேயிருந்தாள்.

•

முடிவு பெறாத நிலையில் திவாவின் மேசையில் படபடத்த காத்திருந்த கருப்பாயி புதினத்தின் காகித இறகுகள் ஒன்றிணைந்து திசையெங்கும் பறந்துகொண்டிருந்தது.

சொல்லகராதிகள்

குசுறுதி	-	சண்டித்தனம்
ஒத்தில்லியா	-	சேர்ந்து
இங்கேரம்	-	இங்கே பாரும்
இழிக்கியமா	-	இழிவாக
செவளை	-	சென்னி (கன்னம்)
தேச்சியம்	-	கோபம்
பூராவும்	-	முழுவதும்
மூப்பு	-	அதிகாரம்
ஆகாரம்	-	உணவு
பவுந்து	-	பங்குவைத்து
விளிச்சி	-	அழைத்து
முதலு	-	வரதட்சணை
பக்கறை	-	பை
குறுக்கு	-	முதுகு
தீனத்தை	-	நோயை
கெடப்பு	-	சூழ்நிலை
தர்மஆஸ்பத்திரி	-	அரசு மருத்துவமனை
பரியெடு	-	அவமானம்
அபகடம்	-	ஆபத்து
கக்கி	-	வாந்தி